இரண்டாவது முகம்

நீல. பத்மநாபன்

பள்ளிப் பருவத்திலேயே எழுதத் தொடங்கியவர். இருபது நாவல்கள், 11 சிறுகதைத் தொகுதிகள், 4 கவிதைத் தொகுதிகள், 9 கட்டுரைத் தொகுதிகள், ஒரு நாடகத் தொகுதி (மொத்தம் 45 நூல்கள்) வெளி வந்துள்ளன. ஆங்கிலம், ஜெர்மன், ரஷ்யன் மற்றும் அனைத்திந்திய மொழிகளிலும் மொழிபெயர்க்கப் பட்டுள்ளன. பல்வேறு விருதுகள் பெற்றிருக்கிறார். இவருக்கு 2007ஆம் ஆண்டு 'இலையுதிர் காலம்' நாவலுக்கு சாகித்ய அகாதமி விருது கிடைத்தது.

இரண்டாவது முகம்

நீல. பத்மநாபன்

கிழக்கு

இரண்டாவது முகம்
Irandavadhu Mugam
by Neela. Padmanaban ©

Kizhakku First Edition: January 2012
168 Pages
Printed at Repro Knowledgecast Limited, Thane.

ISBN: 978-81-8493-527-1
Title No. Kizhakku 689

Kizhakku Pathippagam
177/103, First Floor,
Ambal's Building, Lloyds Road,
Royapettah, Chennai 600 014.
Ph: +91-44-4200-9601

Email: support@nhm.in
Website: www.nhm.in

Author's Website: www.neelapadmanabhan.com

Cover Image : Shutterstock

Kizhakku Pathippagam is an imprint of New Horizon Media Private Limited

அவன் இடுப்பின் கீழ் ஒன்றுமே இல்லை என்ற ஸ்தம்பனாவஸ்தை... தலையும் இடுப்பும் மட்டுமே உள்ள ஒரு முண்டம்தான் தான் என்று அவனுக்குத் தோன்றியது. அவன் கால்கள் இரண்டையும் விரித்து மேலே தொங்க விடுகிறார்கள். பிருஷ்டத்தை முன்னால் இழுக்கிறார்கள்... அவன் வயிற்றின் மீது கத்தி, கத்திரி முதலிய ஆயுதங்கள் வைப்பதும் எடுப்பதுமாக துரித கதியில் வேலை நடக்கிறது.

உள்ளே

இந்நூல்

1956லிருந்து 1971 வரை நான் எழுதிய 33 சிறுகதைகள், 'மோகம் முப்பது ஆண்டு' (1969, 2009), 'சண்டையும் சமாதானமும்' (1972, 2010), 'மூன்றாவது நாள்' (1974, 2010) என்ற மூன்று தொகுப்புகளில் தொகுக்கப் பட்டிருப்பதைப் போல், 1971-74 கால கட்டத்தில் நான் எழுதிய 21 சிறுகதைகளின் கால வரிசையிலான தொகுப்பே இந்நூல்.

1978ல் முதலில் நூல் வடிவம் பெற்ற இக்கதைகள் 32 ஆண்டுகளுக்குப் பின் மீண்டும் வெளிவருகின்றன. தலைப்புக் கதை (இரண்டாவது முகம்) உட்பட இத் தொகுப்பில் உள்ள பல கதைகளும் பிற மொழி களுக்குப்போய் கவனத்தைப் பெற்றிருக்கின்றன. பல தொகுப்பு நூல்களிலும் (anthology) உட்படுத்த தேர்ந்தெடுக்கப்பட்டிருக்கின்றன. காலம் கடந்த பின்னும் இத்தனை ஆண்டுகளுக்குப் பிற்பாடும் இக்கதைகளை ஞாபகத்தில் வைத்துக்கொண்டு பல வாசக அன்பர்கள் என்னிடம் பேசுகிறார்கள். இவையெல்லாம் ஒரு படைப்பாளி என்ற முறையில் என் பணி வீணாகி விடவில்லை என்பதை, காலத்தின் மறு கரையில் எட்டி விட்ட என்னை ஆசுவாசம் கொள்ள வைக்கிறது, போதாதா?

திருவனந்தபுரம் **நீல. பத்மநாபன்**
02.09.2010

1

புதுமனை புகு விழா

'டிரைவர்... இங்கேதான் இறங்கணும்... காரை நிறுத்து' என்று ஓவர்ஸியர் கிருஷ்ணன் சொன்னதும் டாக்ஸி நின்றது.

இரு பக்கங்களிலும் பச்சைப் பசேலென்றிருந்த நெல் வயல்களி லிருந்து குபீரென்று குளிர்ந்த காற்று காருக்குள் புகுந்தது.

'ஓய்... கிருஷ்ணன்... இங்கேதான் இறங்கணுமுண்ணு உமக்கு நிச்சயம்தானா?' என்று சந்திரன் சிரித்தவாறு கேட்டான்.

கிருஷ்ணன் சிறிது ரோஷத்துடன் செக்ஷன் ஆபீஸர் சிவராமனை உற்று நோக்கி விட்டு, 'நான் இங்கே இதுக்கு முன்னாடி வந்த தில்லை. இப்போதுதான் முதல் முறையாக வர்றேன்... ஆனா... எஸ்.கே.யிடம் வழி கேட்டுத் தெரிஞ்சுக்கிட்டிருக்கேன்... இங்கே இறங்கி வயல் வரப்பு வழியாகக் கொஞ்சம் நடக் கணும்...' என்றான் சந்திரனிடம் உறுதியாக.

'சரி... சரி... எங்களுக்கு யாருக்கும் வழி தெரியாது... உம்ம பின்னாலேயே வாறோம்... எங்களை எங்கே கொண்டுபோய்ச் சேர்க்கப் போறீரோ, அந்த ஆண்டவனுக்குத்தான் வெளிச்சம்...' என்றவாறு கதவைத் திறந்துகொண்டு முன் ஸீட்டிலிருந்து சந்திரன் வெளியில் இறங்கியதும், அவன் பக்கத்திலிருந்த ராகவ னும் காரிலிருந்து இறங்கினான்.

பின் ஸீட்டில் இடது ஓரத்தில் இருந்த சிவராமன் கதவைத் திறந்து கொண்டு இறங்கியதும், வலது பக்கக் கதவைத் திறந்துகொண்டு கிருஷ்ணனும் மானுவலும் இறங்கினார்கள். அழகாக பேக்

செய்யப்பட்டிருந்த டேபிள் ஃபேனை, அதுதான் எஸ்.கே.யின் புது வீடு புகுதலுக்கு அவர்கள் அளித்த அன்பளிப்பு, ராகவன் கையில் எடுத்துக்கொண்டான்.

'சார்... இப்படித்தான் போகணும்...' என்று வலப் பக்கத்து வயலின் நடு வழி நெடு நீளத்தில் சென்றுகொண்டிருந்த வரப்பைச் சுட்டிக் காட்டியவாறு சொன்னான், கிருஷ்ணன் ஆபீஸர் என்ற மரியாதையோடு.

'சார்... எதுக்கும் இப்போதைக்கு கிருஷ்ணனைப் பின்பற்றாமல் வழியில்லை... அவர் மட்டும்தான் இப்போ வழி தெரிஞ்சவர்' என்று சொல்லி விட்டு சிவராமனின் ஆபீஸ் கீழ்ச் சிப்பந்திகள், சந்திரன், ராகவன், மானுவல் எல்லோரும் ரோட்டின் வலது ஓரத்துக்குச் சென்றார்கள்.

ஒரு ஆளுக்கு மட்டும் மிகவும் சிரமப்பட்டு நடக்கும் அளவுக்குள்ள அகலமே இருந்த அந்த வயல் வரப்பில் முதலில் கிருஷ்ணன் மெல்ல இறங்கி நடக்கத் தொடங்கினான். அவன் பின்னால் சந்திரன், அடுத்து சிவராமன்... அவன் பின்னால் மானுவல்... கடைசியில் ராகவன். இந்த வரிசையில் அவர்கள் வரப்பின்மீது நடக்கத் தொடங்கினார்கள்.

இரு பக்கங்களிலும் கீழே ஆழத்தில் வயல் கிடந்தது. வரப்பில் கால் வைக்கும்போது சேற்றில் கால் புதைந்தது. எனவே, எல்லோரும் பாதையைப் பார்த்தவாறு மிகவும் கவனமாக ஒவ்வொரு அடியும் வைத்து நடந்துகொண்டிருந்தார்கள். ஆனால், சிறிது நேரத்துக்கு யாரும் ஒன்றும் பேசவில்லை.

பதினோரு மணி வெயில் பளீரென்று வீசியும் குளிர்ந்த காற்று காரணமாக சூடு உறைக்கவில்லை.

சிறிது நேரம் நடந்து பழகிய பிறகு சந்திரன் திரும்பிப் பார்க்காமல் பேசினான். 'கிருஷ்ணா... இந்தச் சுற்று வட்டாரத்தில் ஓரிடத் திலும் பெயருக்குக்கூட ஒரு குடிசை தென்படவில்லை. பிறகு எங்கேதான் நம்ம எஸ்.கே. புது வீடு கட்டியிருக்கிறான்...?'

'எப்படியோ கட்டி முடிச்சு விட்டான். காலம்பர பால் காய்ச்சும் நடந்து விட்டிருக்கும். இன்னும் கொஞ்ச நேரத்தில் நாமும்தான் புதிய வீட்டைப் பார்க்கப் போகிறோமே...' என்றான் கிருஷ்ணன்.

‘எதுக்கும் எஸ்.கே.யை சம்மதிக்கணும்... புதிய வீட்டைக் கட்டி முடிச்சுட்டானே பாவி... நாமும்தான் என்னவெல்லாமோ பிளான் போடுறோம்... இதுவரை முடியல்லையே...’ என்றான் மானுவல். பின்னாலிருந்து கேட்ட அந்தக் குரலில் இருந்த ஏக்கத்தை இனம் கண்டுகொள்ளமுடிகிறது. எஸ்.கே. பிள்ளை வெறும் ஒரு லைன் மேன், லோன் எடுத்து அவன் புதுவீடு கட்டி முடிச்சு விட்டதைப்போல் ஒரு பஸ்ட் கிரேடு ஓவர்ஸீயர் தன்னால் முடியவில்லையே என்ற மானுவலின் ஏக்கம் நியாய மானதே என்று சிவராமனுக்குத் தோன்றியது.

‘பாவம் ரிட்டயராக எஸ்.கே.க்கு இன்னும் ஆறு மாசம்தான் இருக்கு... அதுக்கிடையில் இப்பவாவது அவனால் வீடு கட்டி முடிக்க முடிஞ்சுதேன்னு சந்தோஷப்படுவோம்’ என்றான் சந்திரன்.

‘வாஸ்தவம்...’ என்று ஆமோதித்தான் சிவராமன். ‘ஆமாம் சார்...’ என்று மானுவலும் சொல்வது கேட்டது.

கிருஷ்ணன் நின்றான். அவனைப் பின் தொடர்ந்த ஏனையோர் களும் நின்றார்கள்.

இப்போது இடது பக்கத்தில் சிறிது தொலைவில் ஒரு தோப்பு உயரத்தில் தென்படுகிறது.

‘சரி, இனி இப்படித் திரும்பி நடக்கணும்’ என்று கூறி, இடப் பக்கத் தில் கீழே ஐந்தடி ஆழத்தில் குறுக்கலாகச் சென்று கொண்டிருந்த வரப்பில் மெல்ல இறங்கினான் கிருஷ்ணன். அவனைத் தொடர்ந்து சந்திரன், சிவராமன், மானுவல் மூவரும் இறங்கினார்கள். பிறகு ராகவன் தன் கையிலிருந்த பரிசுப் பொட்டலத்தைக் கீழே நிற்கும் மானுவலின் கையில் கொடுத்துவிட்டு, மெல்ல இறங்கினான். அவன் இறங்கியதுதான் தாமதம், அவன் கையில் பொட்டலத்தைக் கொடுத்து விட்டான் மானுவல். இலாகா சர்வீஸில் ராகவன் மானுவலைவிட ஆறு மாசத்துக்கு ஜூனியர்.

பழையபடி நடை தொடர்ந்தது.

‘ஆனாலும் இந்த இடத்தில் வந்து எப்படி எஸ்.கே. வீட்டைக் கட்டி விட்டான். வண்டி, கிண்டி ஒண்ணும் வர முடியாது. செங்கல்லு, மண்ணு, சிமெண்டு எல்லாமே தலை சுமையாகத்தானே இங்கே கொண்டு வந்திருக்கணும்...’ என்று மானுவல் சொன்னபோது மற்றவர்களுக்கும் அது உண்மையாகவே பட்டது. இருந்தும்

யாரும் ஒன்றும் பேசவில்லை. எல்லோருக்கும் உஸ் புஸ் என்று மேல் மூச்சு, கீழ் மூச்சு வாங்கவே நேரம் போதவில்லை.

சற்று கூட நடந்ததும், 'என்ன கிருஷ்ணா இன்னும் ரொம்ப தூரம் நடக்கணுமா?' என்று கேட்டான் மானுவல். அவனுக்குக் கொஞ்சம் தடிமனான தேகம். எனவே, ஏனைய யாவரையும்விட வியர்வையில் குளித்துக் களைத்துப்போய்க் காணப்பட்டான் அவன்.

'இல்லை... பக்கத்தில் வந்து விட்டோமே... அதோ தெரியுதே...' என்று கிருஷ்ணன் சுட்டிக்காட்டிய திசையில் இப்போது மரங் களின் இடையில், மேலே சிவந்த வர்ணம் பூசிய, ஒரு சிறிய புதிய கொல்லம் ஓடு வேய்ந்த வீடு தென்படுகிறது. அதைக் கண்டதும் எல்லோரும் பெருமூச்சு விட்டார்கள்.

சற்று கூட நடந்தபோது அங்கே ஆட்கள் நடமாடுவது தென் பட்டது.

'சார்... எஸ்.கே.... அதோ நம்மை வரவேற்க ரெடியா நிற்கிறான் தெரியவில்லையா...' என்று கேட்டான் கிருஷ்ணன் உற்சாகமாக.

வரப்பிலிருந்து கண்ணை மேலெழுப்பிப் பார்த்தபோது வெள்ளைச் சட்டை, வேட்டி உடுத்தி எஸ்.கே. நிற்பது தெரிகிறது.

'எஸ்.கே.யின் வழுக்கைத் தலையில் வெயில் பட்டு க்ளையர் அடிக்குது...' என்று சந்திரன் சொல்ல, 'ஆமா கண் கூசுது...' என்று கிருஷ்ணன் ஆமோதிக்க எல்லோரும் சிரித்தார்கள்.

வரப்பு எஸ்.கே.யின் வீடு இருந்த குன்றின் அடிவாரத்தில் போய் முடிந்தது. மேலே படிகள் செதுக்கி விடப்பட்டிருந்தன. சிமெண்ட் போடவில்லை. சாப்பாட்டு பந்தி முடிந்துவிட்டது என்பதற்கு அடையாளமாக ஓரத்தில் எச்சில் இலைகள் தென்பட்டன.

அவர்கள் மேலே ஏறிச் சென்றதும், வாய் முழுவதும் பல்லாக எஸ்.கே. கை கூப்பித் தொழுது எல்லோரையும் வரவேற்றான். அவன் நெற்றியில் சந்தனப் பொட்டு பளிச்சென்று மின்னியது. அங்கே நின்றுகொண்டு கீழே பார்த்தபோது அவர்கள் நடந்து வந்த வரப்பும் வயலும் எல்லாம் அழகாகத் தெரிந்தன.

'வாருங்கோ சார்... இங்கே உட்காரலாம்' என்று அவர்களை வீட்டின் முன் வராந்தாவுக்கு அழைத்துச் சென்றான் எஸ்.கே.

எல்லோரும் அங்கேபோய், 'அப்பாடா...' என்று நாற்காலியில் உட்கார்ந்தார்கள். உடம்புக்குப் பெரிய ஆசுவாசமாக இருந்தது.

ராகவன் மூலையில் கொண்டு வைத்திருந்த பொட்டலத்தில் எஸ்.கே.யின் கண்கள் செல்வதைச் சிவராமன் கவனித்தான். 'என்ன எஸ்.கே. பால் காய்ச்சு எல்லாம் முடிஞ்சுட்டுது இல்லை...' என்று கேட்டான் சந்திரன்.

'ஆமாம் சார்... எட்டரை மணிக்கே முடிஞ்சுட்டுது. ஒரு வழியா இப்பத்தான் சொந்தக்காரங்க எல்லாம் சாப்பாட்டை முடிச்சு விட்டுப் போனாங்க...' என்றான் எஸ்.கே.

'சார்... வீட்டைப் பார்க்க வேண்டாமா?' என்று எஸ்.கே. அழைத்தபோது, 'எல்லாம் பார்த்துக்குறோம். முதலில் நாங்க எல்லோரும் கொஞ்சம் மூச்சு விடட்டும்' என்றான் சந்திரன். எல்லோரும் சிரித்தார்கள்.

வீட்டினுள்ளே போய்விட்டு சற்றுக் கழித்து வந்த எஸ்.கே.யின் கூட அவர்கள் எல்லோரும் எழுந்து வீட்டைப் பார்க்கச் சென்றார்கள். வராந்தாவைத் தொட்டு ஒரு சிறிய அறை. அங்கே ஒரு மேஜை கிடந்தது... அதன்மீது சில பாடப் புத்தகங்கள்.

'இது என் மகனுக்காகப் படிப்பு அறை. அவன் ஃப்ரி டிகிரி வகுப்பில் வாசிக்கிறான்...' என்று சொல்லும்போது எஸ்.கே.யின் முகத்தில் ஒரு பூரிப்பும் குரலில் பெருமையும் இருந்தன.

பிறகு வராந்தாவுக்குத் திரும்பி வந்து, வீட்டின் நடு அறைக்குச் சென்றார்கள். அங்கே நின்ற ஒரு பதினெட்டு வயது ஆகும் பையனைக் காட்டி, 'இவன்தான் என் மகன்' என்று அறிமுகப் படுத்தினான். எஸ்.கே. பையன் பெரிய சங்கோஜப் பிராணி போல் தோன்றியது. மெல்ல அந்த அறையை விட்டு நழுவி விட்டான். அந்த அறையின் வலப் பக்கத்தில் ஒரு சின்ன அறை. பிறகு சமையலறை, அதைத் தொட்டு ஸ்டோர் ரூம்.

எஸ்.கே.யைக் கண்டதும், சமையலறையில் நின்ற நடுத்தரப் பிராயம் வரும் ஒரு பெண்ணில் கையிலிருந்த மூன்று வயசு வரும் பெண் குழந்தை ஓடி வந்தது. அதை அவன் கையில் தூக்கும்போது, 'இதுதான் கடைசி குழந்தையா?' என்று சந்திரன் கேட்டான். 'ஆமாம்' என்று மிகவும் சந்தோஷமாகப் பதிலளித்தான் எஸ்.கே.

'அப்போது ஒரு மகனும் மகளும்தானா?'

‘ஆமாம் சார்... மூத்தவன் பிறந்து ரொம்ப வருஷங்களுக்குப் பிறகு பிறந்தவ இவ...’

‘பாக்கியசாலி... ஒரு திட்டமும் போட உன்னை விடாமெ கடவுளே அறிஞ்சு தந்திருக்கிறார்...’ என்று கிருஷ்ணன் சொன்னதும் எல்லோரும் சிரித்தார்கள்.

அவர்கள் நடுத் திண்ணைக்குத் திரும்ப வந்தபோது டிபன் தயாராக இருந்தது. பெஞ்சில், இலை போட்டு இட்லி, வடை, பழம் எல்லாம் விளம்பப்பட்டிருந்தன. எல்லோருக்கும் அகோரப் பசி. எனவே, அதிகம் பிகு பண்ணாமல் எதிரில் கிடந்த பெஞ்சியில் உட்கார்ந்து சாப்பிட்டார்கள்.

காப்பியை முடித்துவிட்டு அவர்கள் வெளி வராந்தாவுக்கு வந்த போது எஸ்.கே. சிகரெட் கொண்டு வந்து தந்தான்.

‘எதுக்கும் எஸ்.கே.யை சம்மதிக்கணும். சிறிசானாலும் வீடு அழகா இருக்குது’ என்றான் சந்திரன்.

‘இந்த சின்ன வீட்டுக்கும் நினைச்சதைவிட ரூபா ரொம்பக் கூடுதலாக ஆயிட்டது சார்...’ என்றான் எஸ்.கே.

‘வெளிச் சுவருக்கு இவ்வளவு கடும் சிவப்பு வேண்டாமாக இருந்தது...’ என்று மானுவல் சொன்னபோது ‘அதுக்கென்ன... இதுதானே நம்ம நிறம்...’ என்றான் சந்திரன்.

எஸ்.கே. வழுக்கைத் தலையைத் தடவியவாறு சிரித்துவிட்டு ‘இல்லை சார்... இந்த நிற ஸ்னோஸம் கொஞ்சம் சீப்பான விலைக்குக் கிடைச்சுது... அதுதான்...’ என்றான்.

‘ஆமாம்... இந்த வீட்டுக்கு ரோட்டிலிருந்து வர நாங்க இப்போ நடந்து வந்த வழி தவிர வேறு வழி ஒண்ணும் இல்லையா?’ என்று கேட்டான் சந்திரன்.

‘இல்லை சார்... இப்படி வயல் வரப்பு வழி மட்டும்தான் இங்கே வர முடியும்...’

‘இந்தப் பாதை வழிதான் எந்த ராத்திரியானாலும், பகலானாலும் நீ வருவது?’ என்று கேட்டான் மானுவல்.

‘ஆமாம்...! அதுக்கென்ன...! அத்தனைக்குப் பெரிய தூரமா?’

‘சேச்சே... இதெல்லாம் ஒரு தூரமா!’ என்று சந்திரன் சொன்ன போது, மற்றவர்களுக்குச் சிரிக்காமலிருக்க முடியவில்லை.

‘அது சரி... யாருக்காவது சுகமில்லாட்டி ஆசுபத்திரிக்கு எங்காவது போகணுமுன்னால், இந்த வரப்பு வழி எப்படிப் போவதாம்?’ என்று மானுவல் கேட்டபோது, ‘இங்கே பக்கத்தில் வேறு வீடுகள் இருக்குது... அவுங்களுக்கு சுகக்கேடு வரும்போது போகத்தானே செய்யுறாங்க’ என்று எஸ்.கே. சொல்லி முடிப்ப தற்குள், ‘எதுக்கு அபசகுனமா இப்பவே சுகக்கேட்டைப் பற்றிப் பேசணும்!’ என்று இடைமறித்துச் சொன்னான் சந்திரன்.

‘அதுக்கில்லை... சும்மாயிருப்பவங்களுக்குத் திடீரென்று ஹார்ட்டிலெ வயிற்றிலெ எல்லாம் சுகக்கேடு வந்து விடுகிற காலம்... நோயாளியின் உடம்புக்கு அசைவு கொடுக்காமல் எவ்வளவு சீக்கிரம் முடியுமோ அவ்வளவு சீக்கிரம் டாக்டர் கிட்டை கொண்டுபோகவேண்டியிருக்கும்... இங்கே இருந்து இந்த வரப்பு வழியாகப் பாதி தூரம் நடப்பதுக்குள்ளையே...’ என்று மானுவல் சவிஸ்தாரமாகத் தன் கட்சியை நிலை நாட்டிப் பேச முற்படுகையில், சந்திரன் கடிகாரத்தைப் பார்த்துவிட்டு அவசரப்பட்டுக்கொண்டு எழுந்தான்.

‘சார்... மணி பனிரண்டு ஆயாச்சு... ஆபீஸில் யாரும் இல்லை... செக் ஏதாவது வந்தால் பாங்க் டைமுக்குள்ளே கொடுத்தனுப்ப வேண்டாமா...! சார் கையாலையே நம்ம பிரஸன்டேஷனை எஸ்.கே.யிடம் கொடுத்து விடுங்கள்...’ என்று சொன்னவாறு பொட்டலத்தை எடுத்துச் சிவராமன் கையில் தந்தான் சந்திரன் அவசரம் அவசரமாக.

அதை வாங்கி எஸ்.கே.யின் கையில் கொடுத்தான் சிவராமன். இரு கைகளால் சிவராமனையும், மற்றவர்களையும் மரியாதை யோடு தொழுதுவிட்டு, அதைப் பெற்றுக்கொண்டான் எஸ்.கே. பிறகு பக்கத்தில் நின்ற தன் மகனிடம் கொடுத்து உள்ளே கொண்டுபோய் வைக்கும்படிச் சொல்லி அனுப்பினான்.

எல்லோரும் விடைபெற்றுக்கொண்டு இறங்கினார்கள். எல்லோருக்கும் முன்னால் சந்திரன் நடந்து கொண்டிருந்தான். அவன் பின்னால் சிவராமன், பிறகு மானுவல், கிருஷ்ணன், ராகவன் இந்த வரிசையில் ஒருவர் பின் ஒருவராகப் படியிறங்கிக் கீழிருந்த வரப்பு வழி நடந்து கொண்டிருந்தார்கள்.

அந்த வரப்பு முடிந்து மேலே இருக்கும் வரப்பு வந்தபோது, அதில் காலை உயர்த்தி வைத்து முதலில் சந்திரன் ஏறினான். பிறகு அவன், ‘சார்... இப்படி என் கையைப் பிடித்துக்கொண்டு

ஏறுங்கள்...' என்று தன் வலக் கையை நீட்ட, அதைப் பற்றிக் கொண்டு சிவராமன் மேலே ஏறினான்.

மானுவலும் சந்திரன் கையைப் பிடித்துக்கொண்டு மேலே ஏறினான். கிருஷ்ணனும் ராகவனும் தானாகவே ஏறிக் கொண் டார்கள்.

இப்போது எல்லோருக்கும் முன்னால் சிவராமன் நடந்து கொண்டிருந்தான். சற்று நடந்ததும் அவன் தன் இடது நெஞ்சை அழுத்தியவாறு 'அப்பா...' என்று சொல்லி சடக்கென நின்ற போது, மற்றவர்கள் 'என்ன சார்... என்ன சார்...' என்று கேட்டவாறு அவன் அருகில் ஓடி வந்தார்கள்.

கையை நெஞ்சில் வைத்து வேதனை விம்ம சிவராமன் அழுத்து வதைப் பார்த்து 'என்ன சார்... நெஞ்சு வலியா?' என்று கேட்டு விட்டு அவர்கள் பீதியுடன் பரஸ்பரம் பார்த்துக் கொண்டார்கள். அவன் உடல் முழுவதும் தொப்பு தொப்பென்று வியர்வை வெள்ளம்...

'இன்னும் பாதி தூரம்கூட ஆகவில்லையே...' என்ற மானுவலை மற்ற மூவரும் முறைத்துப் பார்த்தார்கள்.

சிறிது நேரம்கூட அப்படியே கண்களை மூடியவாறு நெஞ்சை அழுத்திவிட்டு, 'இப்போ பரவாயில்லை... மெல்ல நடக்க லாம்...' என்று மெல்ல நடக்கத் தொடங்கினானேயானாலும், அவன் முகத்திலிருந்து அப்படியொன்றும் வலி குறைந்திருப்ப தாக அவர்களுக்குப் படவில்லை.

எப்படியோ காரில் வந்து சேர்ந்து எல்லோரும் ஏறிக் கொண்டதும், 'சார்... நேராக ஆசுபத்திரிக்கே போய் விடுவோமே...' என்று சொன்னபோது, 'வேண்டாம் ஆபீஸுக்கே போவோம்...' என்றான் சிவராமன்.

இப்போது டாக்ஸி ஆபீஸை நோக்கி விரைந்து கொண்டிருந்தது. யாரும் ஒன்றும் பேசவில்லை. ஒருவருக்கொருவர் முகத்தைப் பார்க்கக்கூடக் கூசியபடி பின்னால் சென்று கொண்டிருந்த ரோட்டைப் பார்த்தவாறு மௌனமாய் உட்கார்ந்து கொண்டிருந் தார்கள்.

05.12.1971
தீபம் 2/1972

2

(அ)லட்சியம்

மேம்பாலத்தைக் கடந்து பத்தடிகூட நடந்திருக்க மாட்டான், இடது பக்க மிட்டாய்க் கடைக்குள்ளிருந்து கையில் ஒரு சிறு பொட்டலத்துடன் இறங்கும் நெல்லையப்பன் இவனைக் கண்டு விட்டான்.

கடையோரத்தில் ஸ்டேன்ட் போட்டு நிறுத்தி வைத்திருந்த சைக்கிளைப் பிடித்தவாறு இவனைப் பார்த்துச் சிரித்தான் நெல்லையப்பன். பதிலுக்குச் சிரித்துவிட்டு அவன் முன்னால் நின்றான் இவன்.

நடையுடை பாவனைகளில் எல்லாம் எப்போதும் இருக்கும் ஒருவித அசிரத்தையுடன்தான் இப்போதும் நெல்லையப்பன் காட்சி தந்தான். எண்ணெயில்லாத தலை மயிர், க்ஷவரம் செய்யாத முகம், அங்கங்கே கறை படிந்த கசங்கிய அழுக்குச் சட்டை வேட்டி, செருப்பில்லாத பாதங்கள், வியர்வை நெடி - இவையெல்லாம், இன்று நேற்றல்ல, பள்ளியில் படிக்கையிலிருந்து, இந்த இருபத்தி ஐந்து வருஷங்களாக நெல்லையப்பனிடம் இவன் கவனித்து வரும் ட்ரேட் மார்க் சின்னங்கள்... இதன் காரணம் இல்லாமையல்ல என்பதும் இவனுக்குத் தெரிந்ததே...!

அவனைப் போலவே அவன் சைக்கிளும் படாடோபமின்றிக் காட்சியளித்தது.

நெல்லையப்பன் கேட்டான்: 'என்ன ரொம்ப இளைச்சுப் போயிருக்கையே...'

‘அப்படி உனக்கும் தோணுதா?’

‘ஆமாம்...! சாதாரணமா இதையெல்லாம் நான் கவனிப்ப தில்லை... ஆனாலும், இப்போ நான் கவனிக்கும் அளவுக்கு நீ இளைச்சுப் போயிருக்கே...’

‘அப்படி உனக்குத் தோண காரணம் இதுவாக இருக்கலாம்...’ என்று தன் நீண்ட தாடி மீசையைத் தொட்டுக் காட்டினான் இவன்.

‘இல்லை... இல்லை... அதை நான் சொல்லவில்லை... மொத்தத் தில் நீ ரொம்ப இளைச்சுப் போனாய்...!’

‘இருக்கலாம்... காரணம் உனக்குத் தெரிஞ்சதுதானே!’

‘ஆமா... உங்க அப்பா இறந்து ஆறு மாசம் இருக்காதா! இதுக் கெல்லாம் இவ்வளவு தூரம் அலட்டிக்கலாமா...?’

‘கூடாதுதான்..! ஆனால், என்ன செய்ய! மனசுண்ணு ஒண்ணு இருந்து தொலைக்குதே...’

மாலை மணி ஏழிருக்குமாதலால் அந்த மெயின் ரோடில் வாகன சந்தடி மிக அதிகமாக இருந்தது. பலவித ஹாரன்களின் இடை விடாத ஒலிகள் முழங்கும் பரபரப்பான சூழ்நிலை... சைக்கிளின் ஹாண்டில் பாரைப் பிடித்தவாறு வலப் பக்கத்தில் இவன், இடப் பக்க பெடலில் காலை வைத்தவாறு நெல்லையப்பன். முன்னும் பின்னும் அவசர அவசரமாகச் செல்லும் மனிதர்கள் அவர்களை மோதியவாறு சென்றுகொண்டிருந்தார்கள்.

அந்த வழி வந்து கொண்டிருந்த ராமசாமி தம்பதிகள் இவனைக் கண்டு இவன் முன்னால் நின்றார்கள். ‘ஹூம் ஆனாலும் ரொம்ப கஷ்டமா போச்சு அண்ணாச்சியின் காரியம்!’ என்று விட்டு, சிறிது நேரம் மௌனமாய் நின்று துக்கம் தெரிவித்தார்கள். சில நாட்களுக்கு முன் திடீரென்று ஸ்ட்ரோக்கினால் காலமாகி விட்ட இவன் ஷட்டகருக்காக அந்த அனுதாபத் தெரிவிப்பு! ‘கோபு கார் வாங்கியிருக்கான் தெரியுமோ?’ என்று அவர் கேட்கும் போது, அவர் மனைவியின் முகம் மலர்வதைக் கவனித்தவாறு ‘தெரியும்’ என்று தலையாட்டினான் இவன். கோபு அவர் மைத்துனன், எக்ஸைஸ் இலாகாவில் வேலை பார்க்கறவன். அவர்கள் விடை பெற்றுக்கொண்டு சென்றதும், ‘இந்த மாதிரி பிரகிருதிகள் வேறு!’ என்று சொல்லிவிட்டு நெல்லையப்பன் சிரித்தான். தாறுமாறான அடுக்குகளாகத் தெரிந்த அவன் பற்களில் இவன்

கவனம் சென்றது. அவனிடம் வாதிடத் தோன்றவில்லை. இவன் கேட்டான்:

'அதிருக்கட்டும், உன் சித்தப்பாவுக்கு என்ன வந்தது?'

'உம்... அதுவா! செக்ஸ் மட்டும்தான் வாழ்வுண்ணு நடப்பவங்களுக்கு இதுதான் முடிவு! அவருக்க இந்த லோகத்தில் விரும்ப வேறெ ஒண்ணும் இல்லை...?'

'அவருக்குக் கல்யாணம் ஆகல்லையா?'

'கல்யாணமாகி அஞ்சு குழந்தைகள் இருக்கு!'

'பிறகென்ன?'

'படிக்கும் நாளிலிருந்தே அவர் ஈடுபாடெல்லாம் அதில்தான்! இப்போ ரொம்ப பெர்வர்டட் ஆகி விட்டார். குடிச்சுக் குடிச்சு லிவர் முழுதும் ஓட்டையாகி ரொம்ப நாளாகிவிட்டது. ஆனாலும், அவர் இப்படிச் செத்துப்போகமாட்டார். ஹார்ட் ரொம்ப ஸ்ட்ராங்க் என்றுதான் சொல்லியிருந்தார் டாக்டர்.'

'பிறகு எப்படிச் செத்தாராம்?'

'விஷம் எதையோ கலக்கிக் குடிச்சுட்டார்....'

'அவருக்கு என்ன வயசிருக்கும்?'

'நாப்பது ஆகல்லே!'

'அவர் சாவினால் நீ கொஞ்சமும் பாதிக்கவில்லையா?'

'நான் எதுக்குப் பாதிக்கணும்! பிறத்தியாரின் சாவுகளுக்குப் போலி வருத்தம் காட்டுறவங்களின் சாயம், நேருக்கு நேர் அனுபவிக்க வேண்டி வருகையில் வெளுத்து விடுகிறது. மனுஷனாகப் பிறந்தவங்க யாரானாலும் சரி, எண்ணைக்காவது ஒரு நாள் சாவ வேண்டியதுதானே...!'

'அப்போ உனக்கு மரண பயமே இல்லையா?'

'எனக்கா? நல்லா கேட்டே! ஓரிருமுறை சாவை நேரடியாகவே சந்திச்சவன் நான்! அப்போதும் அதை ஏற்றுக்கொள்ளச் சித்தமாகத்தான் நின்றேன்!'

'எப்போ?'

'ஒரு தடவை தேவிகுளம் பஸ்ஸில் சென்று கொண்டிருக்கையில் திடீரென்று டிரைவருக்குப் பஸ்ஸின் கண்ட்ரோல் தப்பிவிட்டது. ரோட்டை விட்டு இறங்கி மலைச் சரிவில் ஓடிக்கொண்டிருந்தது பஸ். பஸ்ஸிலிருந்த எல்லோரும் குய்யோ முறையோண்ணு சத்தம் போட்டுக்கொண்டு பஸ்ஸுக்குள் அங்குமிங்கும் ஓடு கிறார்கள். ஜன்னல் வழி, வாசல் வழி வெளியில் குதிச்சு செத்தாங்க பலர். நான் மட்டும் ஸீட்டை விட்டு அசையவில்லை. சாவை நேருக்கு சந்திக்க வரிந்து கட்டிக்கொண்டு உட்கார்ந்து கொண்டிருந்தேன். அந்த விபத்தில் அதிக காயங்கள் இல்லாமல் தப்பியது நான் ஒருவன் மட்டும்தான்!'

'பிறகு?'

'பிறகு ஒரு தடவை பாண்டிச்சேரிக்குப் போயிருந்தேன்! உனக்குத்தான் என்னைத் தெரியுமே. நல்லதோ, கெட்டதோ ஒன்றில் முழுகினால், அதன் கடைசி முனைவரைப் போய்ப் பார்த்து விடவேண்டுமென்று நம்புகிறவன் நான்! ஒரு தடவை வஞ்சியூரில் ஒரு ராவும் பகலும் முழுக்க முழுக்க அந்த அப்பளக்காரியின் வீட்டில் நான் இருந்ததை உங்கிட்டயெ முன்பொருமுறை சொல்லியிருக்கிறேன்!'

'ஆமா... சொல்லியிருக்கிறே...!'

'உனக்கு நல்ல ஞாபக சக்தியிருக்கு! உம்... என்ன சொல்லிக் கொண்டிருந்தேன்... உம்... பாண்டிச்சேரிக்கு போயிருந்தேனா! கையில் இருநூறு ரூபா எடுத்துக்கொண்டு பாரில் புகுந்தேன். என்னவெல்லாமோ திண்ணு, குடிச்சு, குடிச்சு, பில் ரூபா போக மீதி கையிலிருந்த சில்லறை நோட்டுக்களை வெயிட்டருக்கு வீசியெறிந்து விட்டு கடற்கரை மணலில் வந்து விழுந்தேன். பிறகு எனக்கு ஒண்ணும் தெரியாது. என்னை அறைக்குக் கொண்டுவிட்ட போலீஸ்காரனிடமிருந்து அடுத்த நாள் தெரிஞ்சு கொண்டேன். என்னைக் கடலுக்குள் இழுத்துச் செல்வதும், வெளியே புரட்டித் தள்ளுவதுமாக கடல் அலைகள் விளையாடிக் கொண்டிருந்தன வாம். அவன் யதேச்சையாகக் கண்டதால் நான் பிழைத்தேனாம்...'

இவன் பதிலேதும் பேசாமல் அவனையே பார்த்துக்கொண்டு நின்றான்.

'இன்னொரு விஷயம் உனக்குத் தெரியுமா? என் இளைய தங்கை - அவள் இப்போது எம்.எஸ்.ஸி. படித்துக் கொண்டிருக்கிறாள். அவள் பிறவியிலே ப்ளூ பேபி...'

‘என்ன?’

‘ஆமாம்... ஃபேற்றல்தான்! அவள் காரியம் என்றைக்குண்ணுச் சொல்ல முடியாது!’

‘இது அவளுக்குத் தெரியுமா?’

‘தெரியும்! இப்படிப்பட்ட கேஸுகள் உள்ள சினிமா எல்லாம் பார்த்து தன்னைத்தானே தேற்றிக்கொண்டு ஸ்கூலுக்குப் போய் வருகிறாள் அவள்.’

‘எவ்வளவு லேசாகச் சொல்லி விட்டாயடா நீ!’

‘அல்லாமல்! வாழ்ந்து கொண்டிருக்கும் நாமெல்லாம் சாகத்தான் போகிறோம்... கொஞ்சம் முந்தி, பிந்தி அவ்வளவுதானே விஷயம்! அதுக்காக நமக்குச் செய்ய வேண்டியதைச் செய்யாமல் இருக்க முடியுமா? கர்ம பூமியில் செத்து விழுவதுவரையிலும் நமது கடமைகளைச் செவ்வனே செய்துகொண்டிருக்கத்தான் வேண்டும் என்ற கொள்கையைக் கொண்டவன் நான். எப்போதுமே எஸ்கேப்பிஸத்தின் எதிரி நான்!’

இவனுக்குத் தொண்டை வரண்டது. பக்கத்திலிருந்த ஹோட்டலைப் பார்த்துவிட்டு, ‘இப்போ நீ காப்பி, டீ, சிகரெட் முதலியவைகள் உபயோகிப்பதுண்டா?’ என்று கேட்டான் இவன்.

‘இல்லை... ஒன்றிலும் மாற்றம் இல்லை.’

‘அப்படி ஒன்றிலும் மாற்றம் இல்லாமல் இருக்க முடிவது ஆச்சரியம்தான்!’

‘முன்பொரு தடவை படிப்புக்கு நான் முழுக்குப் போட்டதை அறிஞ்சு, ‘இதுக்காக நீ எண்ணைக்காவது பச்சாதாபப்பட வேண்டி வருமுண்’ணு அப்போ நீ சொன்னது உனக்கு ஞாபகம் இருக்குதா?’

‘இருக்குது!’

‘ஆனா... இன்னைக்குவரை அப்படி படிப்புக்கு முழுக்குப் போட்டுவிட்டு சொந்தமா பிஸினஸ் ஆரம்பிச்சதில் எனக்குப் பச்சாத்தாபம் அடையவேண்டி வரல்லை...’

‘அப்போ சொன்னதை இப்போது நான் வாபஸ் வாங்கிக்கத் தயாராக இருக்கிறேன். ஆனா... வியாபாரமென்றால் சதா

மூளையையும் அலட்டிக் கொள்ளாமல் முடியாது. வேலை நேரம் கழிஞ்சு வீட்டுக்கு வந்த பிறகும் மீண்டும் வேலையைப் பற்றி நினைச்சுப் பார்ப்பது என்பதே என்னைப் பொறுத்த வரையில் ஒரு சித்ரவதை. எனவேதான் அண்ணைக்கு அப்படிச் சொன்னேன். இப்போ பெரிய எதிர்பார்ப்புக்கள், சுக சௌகரியங்கள் ஒண்ணுக்கும் இடமில்லாத குறைந்த சம்பளம் கிடைக்கும் அரசாங்க உத்தியோகத்தை நான் தேர்ந்தெடுத்ததின் காரணம் இதுவே!'

'இந்த விஷயத்தில் நமக்குள் பெரிய வித்தியாசம் இல்லை. கடை திறக்கும் நேரத்திலும் அடைக்கும் நேரத்திலும் நானும் மிகவும் கண்டிப்பாகத்தான் இருந்தேன்.'

'இதனால் வியாபாரம் பாதிக்கவில்லையா?'

'பாதிக்காமல் இல்லை. ஆனாலும், பணம் சம்பாதிப்பது மட்டும் லட்சியமா? நான் ஒரு போதும் இருந்ததில்லை என்பது உனக்குத் தெரியாதா?'

'தெரியும்! வரதட்சிணை, சீர்வரிசை ஒண்ணும் வேண்டா முண்ணு கல்யாணம் செஞ்சுகிட்டவனாச்சே நீ!'

'ஆமா... அதில் ஒரு வேடிக்கைக் கேட்கணுமா? என்னைத் தெரிஞ்சுக்காத சில பேருங்க அதைக் காதல் கல்யாணமுண்ணு வியாக்கியானம் பண்ணினாங்க! காதலாவது ஒண்ணாவது! அவ பரம ஏழை! அவகிட்டெ நான் சொன்னேன். 'உன்னைக் கட்டிக் கிறேன். ஆனா... என் வழியில் நீ குறிக்கிடப்படாது. உன் வழியில் நானும் குறுக்கிட மாட்டேன். அவ சரீண்ணு சொன்னா! அப்போ, இதோ என்னைப் பார்க்கிறாயல்லவா, இதே உடையில்தான் கல்யாணத்துக்கும் நான் வருவேன் அப்படீண்ணு சொன்னேன் நான். சரிண்ணாள் அவள். கல்யாண நாள் சாயந்திரம் என் கடையின் எதிரிலிருக்கும் சாயபுவின் கடையிலிருந்து ஒரு சைக்கிள் வாடகைக்கு எடுத்துக்கொண்டு டவுன் ஹாலில் போய் இறங்கி னேன். கல்யாணம் நடந்தது. ராத்திரி அவ கேட்டா, ஆனாலும் இப்படி உடுத்தியிருந்த அழுக்கு சட்டை வேட்டியுடன் வந்துட் டேளே'ண்ணு! நான் சொன்னேன், 'நான் நேரமேயே உங்கிட்டே சொல்லியிருந்தேனே...' 'சொன்னேள்... சும்மா சொல்லுறீங்க... ஆனா சமயத்துக்கு இப்படியா வருவீங்க அப்படீண்ணுதான் நான் நினைச்சேன்' என்றாள் அவள். 'சரி... பாத்துட்டே இல்லே...

இதுதான் என் சுபாவம்... எதையும் நீயாக நினைச்சு தன்னைத் தானே ஏமாற்றிக் கொள்ளாதே...' அப்படீண்ணு அவளை எச்சரித்தேன்.'

'நீ சரியான ஆளுதாண்டா! அது போகட்டும் உனக்கிப்போ எத்தனை குழந்தை...?'

'ஒண்ணும் இல்லை!'

'அப்படியா! கல்யாணமாகி நாலஞ்சு வருஷம் இருக்காதா?'

'ஆமா... குழந்தை இல்லையேண்ணு அவ விரதம் எடுக்கத் தொடங்கினா... கோவிலுக்குப் போகத் தொடங்கினா... நான் தடை சொல்லல்லே... ஆனாலும், 'பக்தியெல்லாம் சரி, குழந்தை விஷயத்தில் கடவுளை மட்டும் நம்பாதே... நானும் மனசு வச்சாத் தான் சங்கதி நடக்கும். அதை மட்டும் ஞாபகத்தில் வச்சுக்கோ' அப்படீன்னு சொன்னேன். கடைசியில், கோவிலுக்கு மாப்பிள்ளை - பெண்டாட்டி ரெண்டு பேருமா ஒண்ணாபோய் வழிபடணு முண்ணு யாரோ சொன்னாண்ணு என்னையும் கூப்பிட்டா! அப்போ சொன்னேன். அது முடியாது! எனக்குண்ணு சில கொள்கைகளுண்டு... உன் மனச் சமாதானத்துக்கு வேணுமானால் என் போட்டோவைக் கொண்டு போ... நான் வர மாட்டேன்...!'

'அப்போ நீ போகவே இல்லையா?'

'இல்லை... ஆனா... இப்போ அவளுக்கு நாலு மாசம்...'

'உன் பார்ட்டி வொர்க்கெல்லாம் இப்போ எப்படியிருக்கு?'

'நடக்குது! எனக்கு எழுத்திலும் பிரசங்கத்திலும் ஒன்றும் நம்பிக்கை இல்லையிண்ணு உனக்குத் தெரியுமே.... ஸ்கோடு வொர்க்கத்தைத் தான் நம்புகிறேன்... இல்லாட்டி பணம், ஜாதி, மொழி இதெல்லாம் எந்த வார்டையும்விட கொடி கட்டிப் பறக்கும் நம்ம வார்டில், இவை ஒன்றுகூட அனுகூலமாய் அமையாத ஒரு சிறுபான்மை மனுஷன் - அவன் ஜாதியில் நம்ம வார்டில் அவன் வீடு மட்டும்தான் இருக்குது, ஜயிச்சு வர முடியுமா?

நெல்லையப்பன் விடை பெற்றுக்கொண்டு சைக்கிளில் ஏறிச் சென்றுவிட்டான். இவன் முன்னால் நடந்தான்.

08.01.1972

திருவனந்தபுரம் தமிழ்ச் சங்க ஆண்டு மலர் 1972

3

உயிர்

தூளியில் கிடக்கும் குழந்தை 'வீல் வீல்' என்று கத்துவதைக் கேட்டும், எழுந்து சென்று அதை எடுக்க முடியாத அசதியில் அவள் கிடந்தாள். கை கால்களும் உடம்பும் எல்லாம் ஜீவனை இழந்துவிட்டதுபோல் ஒரு அசக்த நிலைமை... இமைகளுக்குத் தான் என்ன கனம்...!

இன்னும் பதினாறு நாள் ஆகியும்கூட திகையாத பச்சிளம் குழந்தை... அது விடாமல் கத்துவதைக் கேட்டால், 'நீ என்னைத் தூக்கிக் கொள்ளும்வரை ஓய்ந்திருக்கமாட்டேன்' என்று தன்னிடம் நேருக்கு நேர் சமர் தொடுப்பது போலிருக்கிறது.

மாலை ஏழு மணி சுமாருக்குப் பால் கொடுத்தது. இப்போது நடு நிசி கழிந்திருக்கும்... பாவம் வயிறு பசித்துத்தான் இப்படிக் கதறி அழுகிறது! தன் ஜம்பர் நனைவதை அவளால் உணர முடிகிறது. ஆனாலும், கையும் கால்களும் ஒத்துழைக்காமல் எப்படி எழுந்து போய் குழந்தையை எடுப்பது...! ஒருவித மயக்கத்தில் தான் ஆழ்ந்து போய்க்கொண்டிருப்பது போலிருக்கிறது. தன் அம்மா வையும் காணவில்லை. அழுது அரற்றும் குழந்தையைத் தூளி யிலிருந்து எடுத்து, தன் பக்கத்தில் கொண்டுவந்து படுக்க வைத்தால் போதுமாக இருந்தது. இவள் எங்கேபோய்க் கிடக் கிறாள்...!

கண்களைத் திறக்க இயலாமல் 'அம்மா... அம்மா...' என்று களைத்த குரலில் ஓரிரு தடவை எப்படியோ கத்திப் பார்த்தாள்

அவள். அழைப்புக்குச் சுவரில் இருந்த கடிகாரம் இரண்டுமுறை அடித்துக் குரல் கொடுத்தது. அவ்வளவுதான்.

விழிகளை எப்படியோ சிரமப்பட்டுத் திறந்தபோது கரும் கும்மென்றிருந்த வானம் ஜன்னல் வழி தென்பட்டது. அங்கங்கே கண் சிமிட்டும் நட்சத்திரங்களும்! கழுத்தைத் திருப்பி நடுக் கூடத்துக் கதவைப் பார்த்தபோது, அது சாத்தியிருப்பது விடி விளக்கு ஒளியில் தென்படுகிறது.

குழந்தை அழுது அழுது களைத்துப் போய்விட்டது போலிருந் தது. இப்போது லேசாகச் சிணுங்கிக்கொண்டு கிடந்தது. அவளுக்கு மயக்கம் சரியாகத் தெளியவில்லை. இருந்தும் பலத்தையெல்லாம் ஒன்று திரட்டிக்கொண்டு எழுந்து உட்கார்ந்தாள். தலை கிறுகிறுவென்று சுற்றிக்கொண்டு வந்தது. தன் உடம்பிலிருந்து ஜீவன் முழுதும் வடிந்து போய்விட்டது போல் ஒரு அசதி... எழுந்து மூன்று நான்கடி வைத்தால்தான் தூளியின் பக்கத்தில் செல்ல முடியும். எழுந்து நின்றால் விழுந்து விடுவோமோ என்று பயமாக இருந்தது. சுவரில் சாய்ந்தவாறு அப்படியே உட்கார்ந்தபோது சிறிது ஆசுவாசமாக இருந்தது. கொல்லையில் நின்ற பவழ மல்லிகையின் மணத்தைச் சுமந்த வாறு ஓடிவந்த காற்று முகத்தில் ஸ்பரிசிக்க சிறிது சிறிதாகத் தலையின் கிறுக்கும் குறைந்துகொண்டு வருவதுபோல் தோன்றியது.

இப்போது மாடியில் குழாயிலிருந்து தண்ணீர் சடசடவென்று விழும் ஓசை கேட்கிறது. மாடியில்தான் அண்ணாவும், அண்ணி யும், அவர்கள் குழந்தைகளும் படுத்துக்கொள்வார்கள். நேற்று காலையில் அண்ணி கூறியது இப்போது லேசாக ஞாபகம் வருகிறது.

'ஏண்டி ருக்கு! எண்ணைக்கும் ராத்திரி பூரா இப்படிக் குழந்தையை அழப் போடுறே? நேத்தைக்கு ராத்திரியும் நானும் உங்க அண்ணாவும் தூங்கவே இல்லை...' குழந்தைக்கு மருந்து எண்ணெயால் உச்சி வைத்தவாறு அண்ணி இப்படிக் கேட்ட போது, ருக்குவுக்குத் துக்கம் துக்கமாக வந்தது.

'உம்... என்ன அண்ணி செய்ய! இந்த இழவு எடுத்த பிராந்தியை வேண்டாமுண்ணு சொன்னா அம்மா விட்டாத்தானே! அதுவும் கூட ஒரு சொட்டு தண்ணீர் சேர்க்காமல் ராத்திரி படுக்கும்போது

அம்மா குடிக்க வச்சு விடுகிறாள்... அதைக் குடிச்சுட்டுக் கிடந்தால், குழந்தை அழுதா மட்டுமில்லே, வீடே தீப்பற்றி எரிஞ்சாலும்கூட எனக்குத் தெரிய மாட்டேங்குது. நினைவு தவறி செத்துக் கிடப்பதுபோல் கிடக்குறேன்...' என்றாள் ருக்கு.

பரணையிலிருந்து ஏதோ பாத்திரத்தை எடுத்துக்கொண்டிருந்த அம்மா, 'ஆமா... அதுவும் வேண்டாம்... தலைச்சன் பேறு... பிரசவ ரட்சைக்கு ராத்திரி ஒரு நேரமாவது ஒரு மடக்கு இதைக் குடிக்காட்டி நீ எப்படி திராணியா இருந்து குடும்பம் நடத்தி குப்பைக் கொட்டப் போறே? அந்தக் காலத்தில் ஒவ்வொரு பிரசவத்துக்கும் நான் எத்தனை புட்டி குடிச்சிருக்கேன் தெரியுமா...?' என்றாள் வீராப்புடன்.

'அதுதான் உடம்பில் தெரியுதே' என்று அம்மாவைக் கேட்காத வாறு ருக்கு தனக்குத் தானே முணுமுணுத்துக் கொண்டாள்.

'அவதான் அதைக் குடிச்சு மயங்கிக் கிடக்காண்ணு தெரியுமே... நீங்களாவது அழுகிற குழந்தையை எடுக்கப்படாதா? ராத்திரி பூரா வீல் வீல்ண்ணு இப்படியா குழந்தையை அழப் போடுவது?' என்று அண்ணி அம்மாவிடம் கேட்டாள் உரிமையோடு.

'ஆமா... ராத்திரி நீதானே மாடியிலேந்து கீழே இறங்கி வந்து அழுகிற குழந்தையை எடுக்கிறே! நேத்தைக்கு அசதியில் கொஞ்சம் கண்ணசந்துட்டேன்... கடைசியில் குழந்தை அழுவதைக் கேட்டு நான் அல்லாமல் எந்த உருவம் வந்து எடுத்தது?' என்று எரிச்சலுடன் கூறிவிட்டு அம்மா விடுவிடுவென்று அடுக்களைக் குள் புகுந்துவிட்டாள்.

'ருக்கு... எதுக்கும் இப்படி ராத்திரி குழந்தையை அழப் போடாதே... அது புள்ளைக்குத் தோஷமுண்ணு சொல்லுவா...'

தான் அசடு வழிய விழிப்பதைக்கண்டு, அங்கே இங்கே பார்த்து விட்டு தன் செவியில் அண்ணி குசுகுசுத்தாள். ராத்திரி நேரம் பக்கத்து வீடுகளில் - பக்கத்து வீடுகளில் மட்டுமென்ன, நம்ம வீட்டிலும்தான், இங்கே நானும் உன் அண்ணாவும் இருக்கிறோம்; உங்க அப்பா அம்மா இருக்கிறாங்க - இப்படிப் புருஷன் பெண்டாட்டிகள் சேர்ந்து 'படுக்கிற' நேரம்... அந்தச் சமயத்தில் பச்சைப் புள்ளை வாய் மூடாமல் அழுதால், அந்த அழுகை வழி அதன் ஜீவனும் அங்கேபோய் அடைந்து விடுமுண்ணு சொல்லுவா... அது புள்ளைக்கு ஆயுசுக்குக் கெடுதல் இல்லையா... அதுதான் சொல்றேன்...'

இப்போது குழந்தை மறுபடியும் அழ ஆரம்பித்துவிட்டது. சுவரில் சாய்ந்து உட்கார்ந்திருந்த ருக்கு சுதாரித்துக்கொண்டு எழுந்தாள். முடியாதிருந்தும் மெல்ல அடி வைத்துத் தூளியின் அருகில் சென்றாள். குனிந்து குழந்தையைக் கையில் எடுத்தாள். கட்டிலுக்குத் திரும்பி வருவதற்கிடையில் நடுக் கூடத்துக் கதவை மெல்ல அவள் கை தள்ளிப் பார்த்தபோது, அது உள்ளிருந்து தாள் போட்டிருப்பது புலப்பட்டது. அப்பா அங்கேதான் படுத்திருப் பது வழக்கம்...

கட்டிலில் வந்து உட்கார்ந்துகொண்டு குழந்தையை மடியில் கிடத்தி, பாலூட்டிக் கொண்டிருக்கும்போது, கூடத்துக் கதவு மெல்லத் திறக்கும் ஓசை கேட்டது, உடுத்தியிருந்த பதினாறு முழப் புடவையைச் சரி செய்தவாறு வரும் அம்மாவின் வாட்டசாட்டமான உடம்பு தென்படுகிறது.

‘பரவாயில்லை... அம்மா... புள்ளையை நான் எடுத்தாச்சு... நீ போய்ப் படுத்துக்கோ...’ என்றாள் ருக்கு அர்த்த புஷ்டியுடன் சிரித்தவாறு!

24.08.1972

தீபம் 4/1973

4

விடுபடுதல்

வெளிக் கதவைத் திறந்துகொண்டு வீட்டின் உள்ளே யாரோ வந்தது போலிருந்தது. இவன் வெளி வராந்தாவில் சென்று பார்த்தபோது நாற்காலியில் ஜடை, முடி, தாடி, மீசை கோலத்துடன் ஒரு இளம் சுவாமியார் உட்கார்ந்து கொண்டிருப் பது தெரிகிறது. தூய வெண்மை சட்டை வேட்டியில் பொதிந்த மெலிந்த மஞ்சள் நிற உடம்பு, இடது கையில் ஒரு புத்தகம், வலது கையில் ஒரு குடை, உதட்டில் குறுநகை. மூக்குக் கண்ணாடிக்குள் தெரிந்த விழிகளை ஊடுருவிப் பார்த்தபோது அவர் இன்னாரென்று புரிந்து போய்விட்டது.

'ஓ... இது... யாரு? சத்திய மூர்த்தி அல்லவா? என்ன? சுகம் தானா?' என்ற கேட்டவாறு எதிரில் உட்கார்ந்தான். 'உம் சுகம் தான்...' என்று ஒலித்த சத்திய மூர்த்தியின் குரலில் ஒரு தெம்பு இல்லாதது போலிருந்தது.

'ஆமா... நவீனன் சொல்லி லேசாக அறிந்தேன்... நீ இங்கிருந்து லிட்டரேச்சர் எம்.ஏ. பாசாகி சேலத்தில் ஏதோ ஒரு காலேஜில் இங்கிலீஷ் லெக்சரர் உத்தியோகம் கிடைச்சுப் போனது தெரியும். அதன் பிறகு என்ன நடந்தது?'

'உனக்குத்தான் தெரியுமே! எனக்கு சின்ன வயசிலிருந்தே ஸ்பிரிச்சுவல் ஃபீல்டில் ஒரு ஈடுபாடு உண்டென்று!'

'ஆமா...'

‘சேலத்தில் லெக்சரர் உத்தியோகத்தில் எனக்கு ஒரு பிடிப்பும் வர வில்லை. அந்த ஜோலியை ராஜினாமா செய்து விட்டு ஆர்.எஸ். எஸ்.ஸில் சேர்ந்தேன். அதன் செயலாளராக ஊரூராக அலைஞ்சு கொஞ்ச காலம் வேலை செய்தேன். ஏனோ அதுவும் எனக்கு ஒத்து வரவில்லை. கடைசியில்தான் ஸ்ரீபுரகோணம் ஆசிரமத்து சாமி களிடம் வந்து சிஷ்யத்துவம் பெற்றேன். அதுவரை கிடைக்காத அமைதி இப்போதான் கிடைச்சுது.’

இவன் குழந்தைகள் மெல்ல வெளியே வந்து எட்டிப் பார்த்து விட்டு ‘அம்மா... பூச்சாண்டி... பூச்சாண்டி...’ என்று கத்தியவாறு வீட்டிற்குள் ஓட்டம் பிடித்ததைக்கண்டு சத்திய மூர்த்தி சிரித்தான். இவன் நாலு வயசு மகன் மட்டும் தைரியத்தை வரவழைத்துக் கொண்டு அடி மேல் அடி வைத்து இவன் அருகில் வந்து மூர்த்தியின் ஜடை முடியையும் நீண்ட தாடி மீசையையும் மிரண்டு போய் பார்த்தபடி நின்றான்.

‘தம்பி... வா பார்ப்போம்...’ என்று கறுத்த தாடியின் இடையில் வெண் பற்கள் பளிச்சிட மூர்த்தி அழைத்தபோது பையன் அப்பாவை கட்டிக்கொண்டு சிணுங்கத் தொடங்கிவிட்டான்.

‘டேய்... ஒண்ணுமில்லை... இந்தத் தாடி மாமா ரொம்ப சாது... ஒண்ணும் செய்ய மாட்டார்’ என்று இவன் மகனை ஆசுவாசப் படுத்தியும் அவன் பயம் தணிந்த பாடில்லை...

‘ஆமா, சாதாரணமாக சாமியார் ஆகும் முன் இன்ன சாமிகள் என்று பெயரை மாற்றி வைத்து கொள்வாங்களே...! நீ அப்படி ஒண்ணும் மாற்றிக்கல்லையா?’

‘அதுதான் காலேஜில் படிக்கும்போதே மாற்றியாகி விட்டதே!...’

‘ஆமா... ஆமா... சரிதான்...’ என்று இவன் சொல்லும்போது, அவன் அப்பா அம்மா வைத்த ராஜப்பன் நாயர் என்ற பெயரை அவனாகத்தான் மாற்றி இப்போதைய சத்திய மூர்த்தி என்ற பெயரைச் சூட்டிக்கொண்டான் என்பது இவனுக்கு ஞாபகம் வந்தது.

மூர்த்தி கையிலிருந்த புத்தகத்தை அந்த டீப்பாயில் வைத்தான்.

‘இது என்ன வேதாந்த புத்தகம்?’ என்று கேட்டவாறு இவன் கையில் எடுத்தான்.

'இல்லை... இல்லை வேதாந்த புத்தகம் இல்லை... ஃபுரொபஸர் குருவிளையைப் பார்க்கப் போயிருந்தேன். பி.எஸ்.ஸி. வகுப்புக் காக அவர் எடிட் செய்து பிரசுரித்திருக்கும் கொஞ்சம் இங்கிலீஷ் மாடன் போயம்ஸ்...'

'இப்போதும் லிட்ரேச்சரில் ஈடுபாடுண்டா?' என்று இவன் கேட்கும்போது, ஒரு காலத்தில் பால் உணர்ச்சிகளை வைத்தே கால ரீதியில் திறம்பட ஆங்கிலத்திலும் தமிழிலும் மூர்த்தி எழுதிய கதைகளும் கவிதைகளும் இவனுக்கு ஞாபகம் வந்தது.

'லிட்டரேச்சரிலுள்ள ஈடுபாடு அப்படி சீக்கிரத்தில் விட்டுப் போகக் கூடியதா?... இப்போது மறுபடியும் நான் தென்காசி பக்கத்தில் ஒரு காலேஜில் இங்கிலீஷ் ஃபுரொபஸர் உத்தியோகத் தில் இருக்கிறேன் என்பது உனக்குத் தெரியுமா...?'

'அப்படி என்றால் உன் ஸ்பிரிச்சுவல் ஃபீல்ட்...?'

'அதுக்காகத்தான் இந்த உத்தியோகத்தை ஏற்றுக் கொண்டேன். என் ஒருத்தன் வயிற்றுப்பாடு எப்படியும் கழியும். ஆனா தமிழ் நாட்டில் ஒரு மடமும் கோவிலும் கட்டணும்ணு என் குரு உத்தரவு போட்டிருக்கிறார். அந்த வேலையை நாம் துவக்கி வைத்து விட்டால், பிறகு கடவுள் முடித்து வைப்பார்... அதுக்குச் சுயமாய் உழைத்துக் கொஞ்சம் பணம் சம்பாதிக்கணும். அதுக் காகத்தான் இந்த வேலையை ஒத்துக்க அவர் என்னை உபதேசிச்சு அனுப்பி வைத்தார். இப்போ அங்கேதான் ஒரு வீட்டில் தனியாக வாசம். அடிக்கடி இங்கே ஆசிரமத்துக்கு வந்தும் போயும் இருக்கேன்.'

இவர்கள் பேச்சில் எந்த சுவாரஸ்யமும் தோன்றாமல் இவன் மகன் மடியிலிருந்து மெல்ல கீழே இறங்கினான். 'டேய்... மாமா வுக்கு காப்பி...' என்று விட்டு சுதாரித்துக்கொண்டு மூர்த்தியிடம் 'இப்போ... சன்யாசி ஆன பிறகு காப்பி, டீ எல்லாம் குடிப்ப துண்டா...?' என்று கேட்டான்.

'ஓகோ... அதிலொண்ணும் பத்தியமில்லை...' என்று அவன் சொன்னபோது, மகனிடம் 'அம்மாவிடம்போய் மாமாவுக்குக் காபியும் பழமும் வாங்கி வா பார்ப்போம்!' என்றான்.

எங்கே சாமியார் தன்மீது பாய்ந்து விடுவாரோ என்று அஞ்சிய வாறு பையன் வீட்டினுள் சென்று மறைந்தான்...

‘பாத்ரூம் அங்கேதானே...’ என்று கேட்டவாறு மூர்த்தி எழுந்தான். இதற்கு முன்னால் இங்கே வீட்டிற்கு வரும்போதும் அவன் இதைத்தான் முதலில் விசாரிப்பது வழக்கம் என்பது ஞாபகம் வர ‘ஆமாம்...’ என்று அவன் சொன்னதும் மூர்த்தி குடையை மூலையில் சார்த்தி வைத்துவிட்டு, பக்கத்துக் கதவு வழியாகக் கொல்லையில் இறங்கிச் சென்றான். இவன் வீட்டிற்குள் எழுந்து சென்றபோது, ‘அந்தச் சுவாமியார் யாரு...’ என்று ஆச்சரியத்துடன் கேட்டாள் மாலதி. ‘பூச்சாண்டி சாமியாரா...’ என்று கேட்டார்கள் குழந்தைகள்.

‘அவனைத் தெரியாதா...? நம்ம சத்திய மூர்த்தி. முன்னால் அடிக்கடி இங்கே வருவான் அல்லவா...! ஓரிரு தடவை இங்கே சாப்பிட்டிருக்கிறானே...’

‘ஓ... அவனா... இவர்... இப்போ...?’

‘ஆமா... இப்போ... இப்படி.’

‘கல்யாணம்...’

‘செஞ்சுக்கலை... ம்... அவன் பாக்கியசாலி.’

‘ஆமா... உங்களுக்கு இப்போ அஞ்சாறு குறைஞ்சு போச்சு.’

‘சரி... சரி... சீக்கிரம் காப்பி கொண்டு வா...’ என்றுவிட்டு இவன் வெளி வராந்தாவிற்கு வந்தபோது மூர்த்தி நாற்காலியில் விச்ராந்தியாக சாய்ந்துகொண்டிருப்பது தெரிந்தது.

‘நீ ரொம்ப இளைச்சுப் போயிட்டே...! ஜடா முடியிலும் தாடி மீசையிலும் இருக்கும் செழிப்பு உடம்பில் காணல்லையே... ஏன்...?’

‘உயிர் வாழ மிகவும் அத்தியாவசியமான குறைந்த அளவுதான் நான் சாப்பிடுவது வழக்கம், அதுவும் சுயமாகத் தயாரிச்சு.’

காப்பியும் நேந்திர பழங்களும் வந்தன...

அவன் எடுத்துச் சாப்பிடும்போது இவன் கேட்டான்; ‘நீ உங்க அப்பா அம்மாவுக்கு மூத்த மகன் அல்லவா...?’

‘ஆமாம்... என் தங்கச்சி கோயம்புத்தூரில் டாக்டராக இருக்கிறாள். தம்பி என்ஜினியரிங் பாசாகிவிட்டு வேலைக்காக அலைந்துகொண்டிருக்கிறான்...’

‘உங்க அப்பா வேலையிலிருந்து ரிட்டயர் ஆகியிருப்பாரே...’

‘ரிட்டயராகி மூன்று வருஷம் ஆச்சு...’

‘நீ அப்பா அம்மாவைப் போய்ப்பார்ப்பதுண்டா...?’

‘நம்மால் யாரும் வருத்தப்படக் கூடாதுண்ணு என் குரு அடிக்கடி என்னை வீட்டுக்குச் சொல்லி அனுப்புவார்... நான் போய் அப்பாவையும் அம்மாவையும் பார்த்துவிட்டு அம்மா கையாலே ஒரு நேரம் சாப்பிட்ட பின் ராத்திரி படுக்க மறுபடியும் ஆசிரமத் துக்கு வந்துடுவேன்.’

‘மூத்த மகன் நீ மட்டும் இப்படி சாமியார் ஆகி விட்டதில் உன்னைப் பெற்றவங்களுக்கு வருத்தமில்லையா...?’

இப்போது அவன் சிரித்தான்.

‘இருக்கலாம்... ஆனா... அதைப்பற்றி நான் கவலைப்பட்டுக் கிட்டிருந்தால் என் வாழ்க்கை என்ன ஆவுது!’

‘உன் வாழ்க்கைக்கு கெடுதி விளைவிப்பதையா பெற்றவங்க செய்வாங்க...’

‘அதென்னவோ எனக்குத் தெரியாது. ஆனா என்னைப் பொறுத்த வரையில் பெற்றவங்களும் சுயநலக்காரங்கதான்... புதுமுக வகுப்பு பாசானபின் வேதாந்தம் படிக்கத்தான் எனக்கு ஆசை... ஆம், அவங்களுக்குப் பையனின் விருப்பு வெறுப்புக்களைப் பற்றி எந்த அக்கறையும் இல்லை... பணம் அதிகமாக சம்பாதிக்க முடியும். என்ஜினியரிங்குக்கு நான் திரும்ப வேணுமுண்ணு என்னை நிர்ப்பந்திச்சாங்க... அவுங்க சுயநலத்துக்காக என் வருங் கால வாழ்க்கையைப் பாழாக்க என்னால் முடியாது... அவரவர் துறையை அவரவர்தான் தேர்ந்தெடுக்கணும், அதில் தலையிட பெற்றோர்களுக்கும் உரிமை கிடையாது...’

‘தன் துறை எது என்று தேர்ந்தெடுக்கப் போதிய வயசு வராத காலத்தில் பெற்றோர்கள் அதுக்கு நமக்கு உதவி செய்தால், அதைச் சுயநலமுண்ணு எப்படி உதறித் தள்ளி விட முடியும்...? என்னைத்தான் எடுத்துக்கோயேன். முழு நேர எழுத்தாளனாக வேணுமுண்ணு எனக்குக் கொள்ளை ஆசையிருந்தது... என் அப்பா தலையிட்டதால் இப்போ ஒரு ஆடிட்டராக என்னால் முடிந்தது. பைத்தியக்காரத்தனமான என் ஆசையிலிருந்து

என்னைக் காப்பாற்றிய என் அப்பாவுக்கு இந்த ஜன்மம் பூராவும் கடன் படாமல் இருக்க என்னால் முடியுமா...!'

'அது உன் அனுபவம்... எனக்கு அப்படி அல்ல... கடைசியில் என்ஜினியரிங்குக்கும் வேதாந்தத்துக்கும் ஒரு மத்திய மார்க்கம் என்ற ரீதியில் தான் லிட்டரேச்சர் வகுப்பில் நான் சேர்ந்தேன்... இனியும் அவுங்க சந்தோஷத்துக்காகவென்று வீடு, கல்யாணம், குழந்தை குட்டிகள், வேலை முதலிய பாத்தியதைகளில் அகப் பட்டு உழன்று கொண்டிருந்தால் என் லட்சியம், சாந்தி இவை யெல்லாம் என்ன ஆவது...?'

மேலும் இவ்விஷயத்தில் அவனிடம் வாதிட வேண்டாமென்று இவன் மௌனமானான்...

'சரி... இன்று என்னமோ ஹர்த்தால்போல இருக்கு. பஸ், டாக்ஸி ஒண்ணும் ஓடல்லை. எனக்கு இப்போ ஆசிரமத்துக்குப் போகணும், இங்கேயிருந்து பத்து மைல் இருக்கு... நீ கார் வாங்கியிருக்கே இல்லே? நீயும் ஆசிரமத்துக்கு வந்து சுவாமியைத் தரிசித்தது போலவும் இருக்கும்...'

'அதுக்கென்ன... போகலாமே.'

காரின் முன் ஸீட்டில் மூர்த்தியை உட்காரச் சொல்லிவிட்டுப் பக்கத்தில் உட்கார்ந்து இவன் காரை ஸ்டார்ட் செய்தபோது 'நீதான் டிரைவ் பண்ணுகிறாயா...? டிரைவர் வச்சுக்கவில்லையா...?' என்று கேட்டான் மூர்த்தி.

'அதுக்கெல்லாம் உள்ள வக்கு இல்லை... ஆபீஸ் லோனில் வாங்கியது. மாசா மாசம் சம்பளத்தில் இருநூறு ரூபாய் ரிக்கவரி, தவிர மெயின்டனன்ஸுக்கு இருநூறு ரூபாயாவது வேணும். பெரிய கஷ்டமாக இருக்குது. இதை வாங்கினது அசட்டுத்தனம். எப்படியும் விற்று லோனை திருப்பி அடைச்சாத்தான் நிம்மதி...'

சந்தடி மிக்க நகரத்தின் தெருக்களை எல்லாம் கடந்து ஆள் அரவமில்லாத கட்டை ரோடு வழியாகக் கார் ஓடிக் கொண்டிருந் தது. முக்கிய வீதியைத் தாண்டி அகலம் மிகவும் குறைந்த பாதைகளை மூர்த்தி வழி காட்டிக் கொண்டிருந்தான். ஒளியும் இருளும் சங்கமிக்கும் த்ரிசந்தியா வேளையில் ஸ்ரீபுரக்கோணம் ஆசிரம நடையில் வந்து கார் நின்றது.

அந்தி பூஜை துவங்கும் நேரம்... இவனைப் பிரகாரத்தில் உட்காரச் சொல்லி விட்டு மூர்த்தி உள்ளே போனான். அங்கே முதல் மண்டபத்தில் வைக்கப்பட்டிருந்த ஆசிரமத்தின் ஸ்தாபகரான ஹனுமான் சுவாமிகளின் திருவுருவப் படத்தையும் இரண்டாவது மண்டபத்தில் பிரதிஷ்டை பண்ணியிருந்த சாந்த மோகனமான சீதாராம விக்கிரகங்களையும் பார்த்தவாறே ஒரு மோன தவத்தில் மனத்தை அடக்கி நிறுத்த பிரயத்தனம் செய்துகொண்டிருந்தான் இவன்.

புஷ்பங்களைத் தொடுத்துக்கொண்டிருந்த சில கிராமத்துப் பெண்கள்... தீபாராதனை தொழ வந்திருக்கும் ஒரு சில பக்தர் கள்... மற்றபடி எந்த ஆள் அரவமும் இல்லை.

சற்று நேரத்தில் குளித்து இடுப்பில் ஒரு துண்டை மட்டும் உடுத்தி, சீதாராம கோவிலின் முன் சுடர் விட்டுக்கொண்டிருந்த குத்து விளக்கின் கீழே வந்து உட்கார்ந்துகொண்டு எழுத்தச்சன் ராமா யணத்தை ராகமாய் வாசிக்கத் தொடங்கினான் மூர்த்தி...

சுந்தர காண்டத்தின் கிளிப்பாட்டு வரி வடிவங்கள்...

பக்கவாட்டிலிருந்த குடிசைக்குள்ளிருந்து சுவாமிகள் வேகமாய் கோவிலுக்கு வந்தார்... இடுப்பில் கஷாயத் துண்டு... ஜடாமுடி, தாடி மீசை... கம்பீரமான தோற்றம்...

முதலில் அவருடைய குரு சுவாமிகளான அனுமான் சுவாமியின் சமாதியில் பூஜை... தீபாராதனை... அடுத்தது சீதாராம ஆலயத் தில் தீபாராதனை... கற்பூரத் தட்டை உள்ளங்கையிலேந்தி தன் முகத்தின் நேர் காட்டியவாறு, ஜிகு ஜிகுவென்று மேலெழும்பிச் செல்லும் கற்பூர ஜ்வாலையின் ஆவியில் கரு விழிகள் இரண்டை யும் மேலே நெற்றிப் பொட்டுக்குள் செருகி கால் விரல் நுனியில் அவர் நிற்கும் தோற்றத்தைப் பார்க்கையில் இவனுக்கு மயிர்க் கூச்செறிந்தது.

கற்பூர ஜ்வாலையைத் தொட்டு விழிகளில் ஒற்றி விட்டு நெடுஞ் சாண் கிடையாக அவர் பாதங்களில் விழுந்து வணங்கினான் இவன். கட்டி கற்பூரத்தை அள்ளி அள்ளி அவர் கையில் எரிந்து கொண்டிருக்கும் தட்டில் போட்டுக்கொண்டிருந்தான் ஒரு சீடன். யாகத் தீ போல் மேலெழும்பும் கற்பூர ஜ்வாலை இருந்த தட்டை கையில் ஏந்தி தாண்டவமாடத் தொடங்கினார் அவர். இவன் பக்கத்தில் வந்தபோது அந்தக் கற்பூரத் தட்டை இவன் கையில்

தந்து விட்டு வாங்கினார் சுவாமிகள். ஒரே ஒரு கணம்தான்... ஆனால், அதற்குள் அந்தச் சூடு விறுவிறுவென்று இவன் உச்சந் தலையிலிருந்து உள்ளங்கால் வரை ஆரோகித்து அவரோகித் தது... அவர் இவனைக் கட்டிப்பிடித்து தன் ஜடாமுடியில் இவன் தலையைப் படார் படார் என்று மோதிக் கொண்டபோது அவர் சிரஸின் உஷ்ண சக்தி தன் உச்சிக் குழிக்குள் பீறிட்டுப் பிரவகிப்பது போல் ஓர் அலாதி அனுபவம்.

அந்த அனுபவத்தின் மாய மயக்கம் கலையும் முன் சுவாமி களிடமும் மூர்த்தியிடமும் விடைபெற்றுக்கொண்டு காரில் வந்து உட்கார்ந்ததுதான் இவனுக்குத் தெரியும்... காரை ஸ்டார்ட் பண்ணி ஓரிரு மணி நேரம் ஓட்டியும் தனக்குத் தெரிந்த முக்கிய வீதிக்கு வந்து சேராமல் கார் வேறெங்கெங்கோ ஓடிக் கொண்டி ருப்பதுபோல் இவனுக்குப் பட்டது. வழி கேட்க பாதையில் யாரும் தென்படவுமில்லை. காரின் வெளிச்சம் தவிர ரோடில் வேறு ஒளி இல்லை. காரை நிறுத்தத் தோன்றவோ, முடியவோ செய்யாமல் வாயு வேகம், மனோ வேகமாக ஓடிக் கொண்டிருப் பது போலவும் ஒரு விசித்திர பிரமை...

இவன் சுய உணர்வு வந்து கண்ணைக் கசக்கியவாறு சுற்று முற்றும் மிரண்டுபோய்ப் பார்த்தபோது...

வெளுத்துக் கொண்டிருந்த கிழக்கின் ஒளியில் ஸ்ரீபுரக்கோணம் ஆசிரமத்தின் முன்னால் தன் கார் கிடப்பது போலிருந்தது அவனுக்கு.

22.10.1972

சுதேசமித்திரன் 11/1972

5

மூலாதாரம்

ஆப்பரேஷன் தியேட்டருக்குள் அவனைக் கொண்டுவந்து உயர்ந்த ஒரு படுக்கையில் படுக்க வைக்கிறார்கள். பீறிட்டுக் கிளம்பும் ரத்தத்தின் செக்கச் சிவப்பு அந்த அறைக்குள் சூழ்ந்து நிற்பதாய் அவனுக்குத் தோன்றியது.

ஒருவன் வந்து அவனை எழுந்து உட்காரச் செய்கிறான். உட்கார்ந்திருக்கும்போது மிளகாயை அரைத்துத் தேய்த்ததைப் போன்ற அந்தப் பழைய வலி ஜிகுஜிகுவென்று மூலாதாரத்தில் இருந்து மேலே மேலே எழும்பி வரத் தொடங்கியது.

'இப்படியே குனிஞ்சு உட்கார்ந்துக்கணும்... வேறொண்ணுக்கும் இல்லை. இங்கே விலாப் புறத்தில் ஒரு சின்ன ஊசி போடணும்...' என்று கூறி மெல்லப் பிடித்து முன்னால் குனிய வைக்கிறான் ஒருவன். தன் சிரத்தையை விலாவில் ஒருமுகப்படுத்தி விட்டு முதுகெலும்பில், ஸ்தம்பிக்கச் செய்யும் ஊசி போடுவதற்கான தந்திரம்தான் அதுவென்று அவனுக்குத் தெரிந்தேதான் இருந்தது.

யாரோ பின்பக்கம் வந்து முதுகு, விலாப்புற சருமத்தில் எல்லாம் ஸ்பிரிட்டைத் தடவுவது புலனாகிறது. ஸ்பிரிட்டின் குளுமையை உணரும்போதே அவன் கவனம் முழுதும் குத்து விழப் போகும் முதுகுப் புறத்திலேயே லயித்து நிற்கிறது.

'அப்பா...'

சுரீர் என்று கோணி தைக்கும் ஊசியைப்போன்ற பெரிய ஒரு ஊசியால் அவன் முதுகில் ஒரு குத்து...

மருந்து உள்ளே பாய்ந்து ஏறிக்கொண்டே இருக்கிறது...

திடீரென்று வலக் காலை யாரோ வெட்டி இழுப்பதைப் போன்ற ஒரு உணர்வு...

'ஐயோ...' என்று கத்தி காலை அவன் உயர்த்தியதும் முன்னால் நின்றவன் காலைப் பிடித்து யதாஸ்தானத்தில் வைத்துவிட்டு... அவனை மெல்லப் பின்னால் மல்லாந்து சாய்த்துப் படுக்க வைக்கிறான். கண்கள் கட்டப்பட்டும் அவனுக்கு நடப்பவை களை உணரமுடிகிறது.

அவன் இடுப்பின் கீழ் ஒன்றுமே இல்லை என்ற ஸ்தம்பனா வஸ்தை... தலையும் இடுப்பும் மட்டுமே உள்ள ஒரு முண்டம் தான் தான் என்று அவனுக்குத் தோன்றியது. அவன் கால்கள் இரண்டையும் விரித்து மேலே தொங்க விடுகிறார்கள். பிருஷ்டத்தை முன்னால் இழுக்கிறார்கள்... அவன் வயிற்றின் மீது கத்தி, கத்திரி முதலிய ஆயுதங்கள் வைப்பதும் எடுப்பதுமாக துரித கதியில் வேலை நடக்கிறது. டாக்டர் பூமிநாதன் தன் சிஷ்யர் களுக்கு இன்ஸ்ட்ரக்ஷன்ஸ் கொடுப்பதிலிருந்து ஆப்பரேஷன் செய்வது அவரில்லை என்று தெரிந்து கொண்டபோது, நேற்று அவர் வீட்டுக்குப்போய் கொடுத்த ஐம்பது ரூபாயை நினைத்துக் கொண்டான் அவன்.

ஒரு மணி நேரமோ, ஒரு யுகமோ ஆகியிருக்கலாம்... அவனை மீண்டும் ஸ்ட்ரெச்சர் வண்டியில் கிடத்தித் தள்ளிச்சென்று வார்டில் கொண்டுவந்து படுக்க வைக்கிறார்கள்...

களைப்பு...

தாகம்...

மின்சார விளக்கின் மயங்கிய வெளிச்சம்...

வேதனை இப்போது முழு மூச்சாய் தன் கை வரிசையைக் காட்டத் தொடங்கிவிட்டிருந்தது. கை நரம்பு வழி சொட்டுச் சொட்டாய் இறங்கி வரும் க்ளூக்கோஸ் நீர் ஸ்டேன்டில் தொங்கவிடப் பட்டிருந்த குப்பியில் க்ளூக்கோஸ் நீர் முக்காலும் தீர்ந்து விட்டிருப்பதாய் தெரிகிறது... உடம்பு இப்போது வெடவெட வென்று நடுநடுங்கத் தொடங்கிவிட்டது... பற்கள் குளிரில் சடசடவென்று அடித்துக்கொண்டன... எலும்பை உறைய வைக்கும் ஒரே குளிர்... அஞ்சு ரூபாய் சம்பளத்தில் அவனைக்

கவனிக்க நிற்கும் பையன் என்ன செய்வதென்று தெரியாமல் விழிக்கிறான்...

சாவகாசமாய் ஒரு நர்ஸும் (தவறு, சிஸ்டரும்) ஒரு ஆஸ்பத்திரி அட்டன்டரும் வருகிறார்கள்... காலியாகி விட்ட க்ளூக்கோஸ் பாட்டிலை ஸ்டான்டிலிருந்து எடுத்துவிட்டு, முழுசாய் க்ளூக்கோஸ் நீர் நிரம்பியிருந்த இன்னொரு பாட்டிலை அவர்கள் தொங்க விடும்போது 'ஐயோ... எனக்குக் குளிர் தாங்க முடிய வில்லையே... டிரிப் போதும்...' என்றெல்லாம் பற்கள் தந்தி யடிக்க, நாக்குழற அவன் சொல்லி முடித்தான்...

'அது நீ சொன்னால் போதுமா? பெரிய டாக்டர் சொல்லியிருக் கார். உனக்கு மூணு பாட்டில் டிரிப் தரணுமுண்ணு...!' என்று விட்டு அவர்கள் போய் விட்டார்கள்...

வெடவென்று அவன் விறையல் - நடுக்கம் கூடியது. இந்த நடுக்கத் தின் இடையிலும், 'அது நீ சொன்னால் போதுமா...? பெரிய டாக்டர் சொல்லியிருக்கார், மூணு பாட்டில் டிரிப் தராமல் உன்னை விடப் போவதில்லை...' என்று அவர்கள் சவால் விட்டதை நினைக்கும்போது அவனுக்குச் சிரிப்புப் பொத்துக்கொண்டு வந்தது... கொல்லபுரம் ஆஸ்பத்திரி சவரியை அவனுக்கு ஞாபகம் வந்தது! ஆமா... சவரி அனாதை பிரேதங்களை ஆஸ்பத்திரி பிரேத வண்டியில் போட்டு இழுத்துக்கொண்டுபோய் இடுகாட்டில் புதைப்பவன். ஆறு மாசம் முன்னால் 'செத்துப் போனான்... கொண்டு போய் புதை!' என்று டாக்டர் சொல்லிவிட்ட ஒரு அனாதைப் பிரேதத்தை, பிரேத வண்டியில் இழுத்துக்கொண்டு இடுகாட்டுக்கு வந்தான். வழக்கம்போல் மூக்கு முட்ட குடிச்ச சாராயத்தில் மிதந்துகொண்டிருந்தான் சவரி. உண்மையில் உயிர் போயிராத அந்த நோயாளி, அந்தப் பிரேத வண்டியின் அகோர நாற்றம் சகிக்க முடியாமல் எழுந்து உட்கார்ந்தான். அதைக் கவனிக் காமல் அவனைப் புதைக்க சவரி ஆயத்தமாவதைக் கண்டு, 'ஐயோ... என்னையா புதைக்கப் போறே... நான்தான் சாகவில் லையே...' என்று பயத்தால் அலறினானாம்... 'டேய் படுவா... ஆயிரம் ரூவா சம்பளம் வாங்கும் பெரிய டாக்டரே சொல்லியாச்சு, நீ செத்தாச்சுண்ணு... பிறகு நீயா சொல்லுவது சாகல்லேண்ணு...!' என்று விட்டு கர்மமே கண்ணாகி அவனைப் பிடித்திழுத்து குழிக்குள் போட்டுப் புதைத்தானாம் சவரி...

நேரம் எவ்வளவு சென்றதோ தெரியவில்லை... விழிகளில் அனல் மழை பெய்வது போலிருந்தது... அடி வயிற்றில் சிறுநீர்

கட்டி நிற்பது சகிக்க முடியாத உபாதையாக இருந்தது. கண்களைச் சிரமப்பட்டுத் திறந்து பையனிடம் சைகையால் ஒண்ணுக்குப் போக வேண்டுமென்று தெரிவித்தபோது, அவன் வார்டின் மூலையில் தூங்கி வழிந்து கொண்டிருந்த ஒரு நர்ஸிடம்போய் கேட்டுவிட்டு வந்து சொன்னான். 'இப்போ ஒண்ணுக்குப் போகக் கூடாதாம்... நாளைக்குத்தான் எடுப்பாங்களாம்...'

ஐயோ இது வேறா? அதுவரை இந்தப் பிராணாவஸ்தையை எப்படிச் சகித்துக்கொண்டிருப்பது!

உடம்பின் நடுக்கம் கூடிக்கொண்டிருந்தது. அந்த இரண்டாவது குப்பியிலிருந்த குளூக்கோஸ் நீரும் தீர்ந்துவிட்டது. மூன்றாவது குப்பியுடன் நர்ஸ் அங்கே வந்ததைக்கண்டதும் வெறி பிடித்த வனைப்போல், 'இது என் தேகம்... யாரு சொன்னாலும் சரி, இதில் இன்னும் டிரிப்பைக் குத்த நான் சம்மதிக்க மாட்டேன்...' என்று அவன் கத்தினான். அவன் கூச்சலைக்கேட்டு பக்கத்து பெட் நோயாளிகள் தலை உயர்த்திப் பார்த்தார்கள். அந்த வழி வந்த ஒரு டியூட்டி டாக்டர் ஓடி வந்தார் 'ஷிவரிங் இருக்குமானால் டிரிப் கொடுக்க வேண்டாம்...' என்று அவர் சொன்னபோது, நர்ஸ் என்னமோ முணுமுணுத்தவாறு குப்பியை எடுத்துக் கொண்டு நடந்தாள்.

ஸிரின்ஜும் மருந்துமாக ஒருவன் வந்தான். கையில் டெஸ்டோஸ் குத்தி வைத்து 'அரிப்பு இருக்குதா?' என்று கேட்டான். உச்சியி லிருந்து உள்ளங்கால்வரை பலவித வலிகளாலும் உபாதைகளாலும் துடித்துக்கொண்டிருந்த அவனுக்கு அரிப்பைத் தெரிஞ்சுக்கவா முடிகிறது! 'என்னவோ எனக்குத் தெரியல்லே...' என்று அவன் முணுமுணுத்தான். அந்த ஆள் மருந்தை இன்ஜெக்ஷன் செய்தான். சற்று நேரத்தில் கை வீங்கிவிட்டது. தலையிலும் ஒரு மயக்கம்... பென்ஸிலின் அலர்ஜி. ரியாக்ஷன் முதலிய வார்த்தைகள் கனவில் கேட்பதைப்போல் அவனுக்குக் கேட்டது. பிறகு வேறேதோ மாற்று மருந்துகளைக் குத்தி வைப்பதையும் தெரிந்துகொள்ள முடிகிறது.

எப்படியோ அன்றைய இரவுப்பொழுது கழிந்தது. மூல துவாரத்திற்குள்ளே நுழைத்துத் தைக்கப்பட்டிருந்த குழாய் பயங்கர வேதனையாகவும் ரோதனையாகவும் இருந்தது.

அவன் அண்ணா, அண்ணாவின் மனைவி, அண்ணன் குழந்தைகள் எல்லோரும் பார்க்க வந்தார்கள்.

‘டாக்டர் பூமிநாதனை வீட்டில் போய்ப்பார்க்கிறேன்... பத்து நாளில் வீட்டுக்குப் போய்விடலாம்...’ என்றான் அண்ணா.

அவர்கள் போய்விட்டார்கள். பையன் தூங்கி வழிந்து கொண்டிருந்தான். முப்பத்தஞ்சி வயசாகியும் தான் கல்யாணம் பண்ணிக்கொள்ளாமல் இருந்துவிட்டது தவறா என்று அவன் மனம் கேட்டுக்கொள்கிறது.

டாக்டர் வந்து பார்த்தார். பயில்ஸ், பிரஷர் முதலிய வார்த்தைகள் அவன் செவியில் கேட்டன. கூட வந்தவரிடம், ‘இன்னொரு ஆப்பரேஷன் தேவைப்படலாம்’ என்றும் சொல்வது கேட்கிறது.

இந்தத் தடவை ஆபரேஷன் தியேட்டருக்குக் கொண்டுவந்த போது, கை நரம்புக்குள் ஒரு ஊசி போட்டார்கள்... ஸிரின்ஜி லிருந்து மருந்தை அவன் நரம்புக்குள் பீச்சியடித்தவாறு அவன் விழிகளையே ஒருவன் உற்று நோக்கிக் கொண்டிருந்ததுதான் அவனுக்குத் தெரியும்... பிறகு, தன் விழிகள் எப்போது மூடிக் கொண்டன என்று அவனுக்கு ஞாபகம் இல்லை... கண் விழித்த போது விண் விண் என்று வேதனை தெறிக்க வார்டில் படுத்திருப் பது அவனுக்குத் தெரிந்தது.

பிறகு பழைய அவஸ்தைதான்... மலம் வெளியேறுகையில் ‘சுள் சுள்’ என்று மூலத்திலிருந்து எழும்பிய வேதனையின் வீச்சில் அவன் மரண தேவதையை உள்ளமுருகி கதறியழைத்துக் கரைந் தான்...

அடிக்கடி ஆஸ்பத்திரி கம்பவுண்டர் ரப்பர் உறை போட்டிருந்த விரலை இவன் மல துவாரத்துக்குள் விட்டு மருந்தைத் தடவிக் குடையும்போது இவன் உயிர் சாவூர் வாசலை முட்டி மோதி விட்டுத் திரும்பி வந்துகொண்டிருந்தது.

பத்தாவது நாள்...

வேதனையில் ஒரு குறைவும் இல்லை... ‘வீட்டுக்குப் போகலாம்... போகப் போகச் சரியாகி விடும்...’ என்று ஆஸ்பத்திரியிலிருந்து அவனை டிஸ்சார்ஜ் செய்துவிட்டார்கள்...

அண்ணாவின் வீட்டில் கிடந்தவாறு சதா தெறித்துக் கொண்டி ருக்கும் வேதனையை அனுபவிக்கவே நேரம் போதாமல் இருக்கையில், வேலை தேடும் வேலையை எப்படி மேற்கொள்ள முடியும்?

நாள் சென்றுகொண்டே இருந்தும் வேதனை மேலும் மேலும் அதிகரித்துக்கொண்டுதான் இருந்தது. பாத்ரூமுக்குள் வைத்து அவன் விழிகளில் இருந்து பொன் ஈக்கள் பறந்தன... கடவுளே... இப்படி ஒரு வேதனை உலகில் வேறு யாருக்கும் வரக் கூடாது...

நடக்கையில் சொட்டுச் சொட்டாகப் பழுப்பு வடியத் தொடங்கிவிட்டது. மூலத்தில் மட்டுமல்ல, பிருஷ்டத்து எலும்புகள், இடுப்பு, முதுகு, கால்கள் - இங்கெல்லாம் விண் விண் என்று வலி...

டாக்டர் ரிஷிகேசனின் பிரைவேட் நர்ஸிங் ஹோமில் அவனைக் கூட்டிக் கொண்டுவந்து அட்மிட் பண்ணினான் அவன் அண்ணன். பக்கத்தில் பாத்ரூம் இருந்த இருபத்தி மூன்றாம் நம்பர் அறை. தனி அறை. ஒருநாள் வாடகை பத்து ரூபாய், டாக்டர் பீஸ், மருந்து விலை, பரிசோதனை சார்ஜுகள் வேறு.

அங்கே வந்த அன்றே அவனை ஆப்பரேஷன் தியேட்டருக்குக் கொண்டு வந்து பரிசோதனை செய்தார்கள். தூக்க மருந்தைக் குத்தி வைத்தும் அவனுக்குத் தூக்கம் வரவில்லை. அவனைப் படுக்க வைத்து சைக்கிள் பம்ப் போலிருந்த ஒன்றை மூலத் துவாரத்துக் குள்ளே நுழைத்து சுழற்றுகையில் வேதனையில் வெட்டிப்போட்ட ஆட்டுக் கிடாவைப்போல் அவன் துடித்துத் துவண்டான். ஆனால் உடம்பை அசைக்காமல் இருக்க மூன்று நான்கு பேர்கள் யம கிங்கரர்களைப்போல் அவனை வலுவாய்ப் பிடித்திருந்தார்கள்... இவ்வளவு பயங்கரமான வேதனைக்குப் பின்னும், தான் சாவாமல் மிஞ்சியிருப்பது அவனுக்கு ஆச்சரியத்தை அளித்தது.

அறையில் கொண்டுவந்து படுக்க வைத்தபோது ரத்தத்தாலும், அயோடினாலும் அவன் வேஷ்டியின் பின் பக்கம் முழுதும் தொப்பு தொப்பென்று நனைந்து விட்டிருந்தது. எழுந்து அந்த வேஷ்டியை மாற்றி வேறு வேஷ்டி உடுத்தி விட்டு அவன் படுத்தான்...

சமயா சமயத்திற்கு அண்ணா வீட்டிலிருந்து அவர் குழந்தைகள் மாறி மாறி உணவு கொண்டுவந்து தந்துவிட்டுப்போனார்கள். சிகிச்சை முறையாக நடந்துகொண்டிருக்கிறது... டாக்டர் ரிஷி கேசன் காலை மாலை இரு தடவை வந்து பார்த்து விட்டுச் சென்றார். காலையில் எழுந்த உடன் ஆயின்மென்டை விரலில் புரட்டி மூலத் துவாரத்துக்குள் நுழைத்து மருந்தை அவனாகவே போட்டுக்கொள்ள டாக்டர் பழக்கித் தந்தார். வலியால் கண்ணிலி ருந்து நீர் வழிந்தும், ஆயின்மென்ட் புரட்டிய விரலை

வலுக்கட்டாயமாய்த் தனக்குத் தானே உள்ளே நுழைத்து மருந்து புரட்டுவதை அவன் விடாமல் செய்து வந்தான்.

இரவில் படுக்கப் போகும்போது லிக்விட் பாரபின் - காலையில் ப்ருடேப்... இருந்தும் பாத்ரூமில் இருக்கும்போது வலி அதன் க்ளைமாக்ஸை சேரும்...

வலியின் அவதியில் உணவு செல்லவில்லை. தாகம் தெரிய வில்லை. இருந்தும் யந்திர ரீதியில் அவை நடந்தன... அடிக்கடி ஆப்பரேஷன் தியேட்டருக்குக் கொண்டுசென்று தலைகீழ் நிறுத்தி எதை எதையோ உள்ளே போட்டுக் குடைந்தெடுத்தார் கள். சற்று பெரிய ஊசியால் மருந்து குத்தி வைத்தார்கள்.

வேதனையில் ரோதனையில் இரவில் நித்திரை தேவியும் அவனை அண்ட மறுத்தாள், தூக்க மாத்திரை உபயோகிக்க வேண்டியிருந்தது.

பத்து நாட்களுக்கு ஒரு முறை பில் வந்தது. அவன் அண்ணன்தான் ரூபாய் கொடுத்துக்கொண்டிருந்தான்.

மூன்றாவது தடவை வந்து பில்லுக்குப் பணம் கொடுத்துவிட்டு வந்த அண்ணாவின் மனைவியிடம் அவன் சொன்னான்... 'இங்கே வந்ததில் வலியில் ஒரு குறையும் இல்லை... அதிக மாகத்தான் இருக்கு...!'

'டாக்டர் அல்ஸர் என்கிறார்...'

'இங்கே செலவும் அதிகம்... வீட்டுக்குப் போயிடுவோம்.'

'வீட்டில் வைத்து வலி கூடினால் என்ன செய்வது?'

'இப்போ இங்கே என்ன செய்கிறாங்க! இப்போ இருப்பதைவிட இனியும் அதிகமாக ஒன்றும் இல்லை.'

அந்த நர்ஸிங் ஹோமிலிருந்து, காலடிகூட எடுத்து வைக்க முடியாமல் வேதனையின் கனம் கீழே இழுக்க, கூனிக் குறுகி, அவன் வெளியேறி டாக்ஸியில் ஏறுகிறான். கார் அவன் அண்ணாவின் வீட்டை நோக்கி விரைந்தது.

05.10.1972

சதங்கை 11/1972

6

இட மாற்றம்

வியர்த்து விறுவிறுத்துப்போய், ரவி காரியாலயத்திற்குள் நுழையும்போது வழக்கம்போல் மணி இரண்டு பத்து ஆகி விட்டிருந்தது. வெயிலில் நடந்து வந்ததால் உள்ளே ஒரு இருட்டாகத் தோன்றியது.

அவசரம் அவசரமாய் மாடிப் படிகளில் தாவி ஏறி நெடு நீளத்தில் கிடந்த மாடிப் பிரகாரம் வழி நடந்து, உதவி என்ஜினியர்களின் அறைக்குள் நுழையும்போது முதலில் உட்கார்ந்திருந்த சாமி,

'என்ன ரவி... நீ டிரான்ஸ்பர் கேட்டிருந்தியா?'

என்று முகத்தில் முழுக்க முழுக்க வியப்புக் குமிழியிட கேட்டபோது இவன் அடிவயிறு பகீரென்றது.

'என்ன...?' என்று இவன் வாய் அசைந்ததேயானாலும் வார்த்தை நாக்கின் அடியில் ஒட்டிக்கொண்டுவிட்டது.

சாமி, 'உட்கார்' என்றபோது யந்திர ரீதியில் அவர் அருகில் கிடந்த நாற்காலியில் இவன் உட்கார்ந்தான்.

'உனக்கு டிரான்ஸ்பராமே' என்று தெளிவுபடுத்தியபோது, இவனுக்கு ஒரு நொடிப்பொழுது தன் மூச்சே நின்றுபோய்விட்டது போலிருந்தது.

இப்போது கொஞ்ச நாட்களாக அடிக்கடி உடம்பு படாமலாகி விடும் அவஸ்தை...

பாதியில் நிற்கும் புது வீடு கட்டும் வேலை...!

குழந்தைகள் படிப்பு...!

இப்படி அது இதுவென்று எதுவல்லாமோ ஞாபகம் வந்து தொலைக்கிறது.

அந்த அறைக்குள் உட்கார்ந்திருக்கும் ஏனைய உதவி என்ஜினியர்கள் அசல், போலி கவலைக் குறிகளுடன் தன்னைப் பார்ப்பதை உணர்கையில் இவனுக்கு என்னமோ செய்கிறது.

மேலே ஒன்றும் பேசாமல் எழுந்து இரண்டு மேஜை தள்ளிக் கிடந்த தன் இருக்கையில் வந்து உட்கார்ந்தான்.

மேலே சுழன்று கொண்டிருக்கும் மின் விசிறி காற்றில் மேஜை மீது பேப்பர் வெயிட்டின் கீழ் படபடத்துக் கொண்டிருந்த டைப் பண்ணிய தாளை உருவி எடுக்கும்போது தன் நெஞ்சுக்குள் கீழே கீழே அழுத்திக்கொண்டேபோகும் ஒரு பாரத்தை இவனால் நன்கு உணர முடிகிறது.

இவன் கீழ் ஜூனியர் என்ஜினியராக வேலை பார்க்கும் சரத் குமாருக்கு வேலை உயர்வு கொடுத்து இவன் இடத்தில் நியமிக்க, இவனைப் பத்து மைல் தொலைவில் நகரின் ஒதுக்குப் புறத்தில் எந்தச் சௌகரியமும் இல்லாத, அதே சமயம் சகலவித அசௌகரியங்களும் ஒருங்கே அமைந்த ஒரு ஆபீஸில் இடமாற்றம் செய்திருப்பதைத் தெரிவிக்கும் உத்தரவு...

'பரவாயில்லை... இதே ஊர்தானே!...' என்றான் பக்கவாட்டில் இருந்த ஒரு சக ஊழியன்...

'ஹார்ட்டி கன்க்ராஸ்... பீல்ட் ஆபீஸுன்னா பரம சுகம்... இங்கே மாதிரி பெரிய ஆபீஸர்களின் கெடுபிடி ஒண்ணும் இருக்காது...'

இவனுக்குச் சுள்ளென்று ஆத்திரம் மூக்கைப் பொத்துக்கொண்டு வந்தது.

'மரியாதைக்கி அந்த வாழ்த்தை வாபஸ் வாங்கு... வேணு. முன்னால் அனுதாபம் தெரிவி, ஏற்றுக் கொள்கிறேன்...' என்று இவன் சத்தம் போட்டபோது தன் மனத்தில் கொழுந்து விட்டெரியும் கோபாக்கினியின் ஒரு சதவிகிதச் சூட்டைக்கூட அந்த வார்த்தைகளில் ஏற்ற முடியாத தன் அசக்த நிலைமை, அவனை இன்னும் மனம் குமுறச் செய்தது.

ஆனால், அவன் முக பாவத்திலிருந்து எதிரிலிருந்த ஜானுக்கு அவன் அகத்தைக் காண முடிந்திருக்க வேண்டும். 'சாரி ரவி... தப்பாக நினைச்சுக்காதே - நீ ரிக்வஸ்ட் பண்ணியிருப்பேன்னு நான் நினைச்சேன்' என்றான் ஜானி ஒரு குற்றவாளி தொனியில். 'நீ எப்படி அப்படி நினைக்கலாம்! வீட்டுப் பக்கத்தில் இருக்கும் இந்த ஆபீஸ் வேண்டாம். பத்து மைல் தொலைவில் இருக்கும் குடிக்கப் பச்சைத் தண்ணி கிடைக்காத, இங்கே கிடைச்சுக் கிட்டிருக்கும் ஐம்பது ரூபாய் டெக்னிக்கல் அலவன்ஸும் அங்கே இல்லை. அந்த ஆபீஸுக்கு டிரான்ஸ்பர் ரிக்வஸ்ட் பண்ண எனக்கென்ன பைத்தியமா?'

மேஜை மீதிருந்த டெலிபோன் கதறியது. இவன் கையில் எடுத்தான்.

'இது அஜீத்; எக்ஸிக்யூட்டிவ் என்ஜினியர் உனக்கு டிரான்ஸ்பராமே. கன்க்ராஜுலேஷன்ஸ்...' என்ற அவர் வார்த்தைகளைக் கேட்டதும் அசாத்தியமான கோபத்தில் இவன் உச்சி முதல் உள்ளங்கால் வரை கிடுகிடுவென்று நடுங்கத் தொடங்கிவிட்டது. என்ன எப்படிப் பேசுவது என்றுகூடத் தெரியவில்லை. தன் மேல் ஆபீஸர் எக்ஸிக்கூட்டிவ் என்ஜினியர் ராகவன் நாயரின் அறையில் உட்கார்ந்திருக்கும் இன்னொரு எக்ஸிக்கூட்டிவ் என்ஜினியர்தான் இந்த அஜீத். ராகவன் நாயர் சொல்லித்தான் இவர் போன் செய்கிறார். போனில் அஜீத் தன்னை டயல் பண்ணிப் பேசுவதை கண்ணாடிக்குள் சிரிக்கும் விஷ விழிகளால் பார்த்து ரசித்தவாறு ராகவன் நாயர் உட்கார்ந்திருக்கிறார். இவற்றைக் கற்பனைப் பண்ணிப் பார்த்த போது இவன் இன்னும் உணர்ச்சி வசப்பட்டான். சகிக்க முடியாத ஆத்திரத்தில் உடம்பு உதறல் எடுத்தது.

'எதுக்கு சார் இப்படி ஆளைப் போட்டுக் கொல்லுறீங்க. சும்மா இருந்த மனுஷனைப் பிடிச்சு டிரான்ஸ்பர் செஞ்சுட்டு இப்படிக் கிண்டிப் பார்ப்பதுதான் பண்பா? உங்களைத் திடீரென்று இப்படி, முன் பின் தெரிவிக்காமல் உங்களுக்குக் கொஞ்சமும் பிடிக்காத இடத்துக்கு டிரான்ஸ்பர் பண்ணிவிட்டு, யாராவது கூப்பிட்டு கன்கிராஜுலேட் செய்தால் எப்படியிருக்கும்?'

'அப்படீன்னா உங்களுக்கு வில்லிங் இல்லையா...'

'வில்லிங் என்கிட்டே யாரு கேட்டாங்க.'

அதுக்கு அவர் பதில் செல்வதைக் கேட்கப் பிடிக்காமல் இவன் போனைக் கீழே வைத்தான்.

இப்போது இவன் கீழ் சரத்குமாரின்கூட வேலை பார்க்கும் இன்னொரு ஜூனியர் என்ஜினியரான ஆசாரி சிரித்தவாறு வந்தான்.

'என்ன சார்... சாருக்கு டிரான்ஸ்பராமே...? சரத்குமாரை உங்க பிளேசிலே போட்டிருக்காங்களா?'

'ஆமா இங்கே இதெல்லாம் நடக்கும் - தோளில் இருந்து கொண்டே கொஞ்சம் கொஞ்சமாய் செவியை கடிச்சுத் தின்னும் கைங்கரியம்...'

'சார் அன்னைக்கே நான் சொன்னேனில்லே; மூணு நாலு மந்திரிகள் இவனுக்கு வேண்டி கூப்பிட்டுச் சொல்லியிருப்பதாக...!'

'அவன் இந்த ஊரில் ஒரு பிளேஸுக்கு ட்ரை செய்கிறான்னு தெரியும். ஆனால், இதே ஆபீஸில் என்னை இப்படி நெட்டித் தள்ளிவிட்டு வந்துவிடப் போறான்னு எனக்குத் தெரியவே தெரியாது.'

'சார் அவன் கல்யாணம் பண்ணியிருப்பது சமதர்ம புஷ்பம் பத்திரிகை ஆசிரியரின் மகன் பெண்டாட்டியின் தங்கச்சியை! இந்தக் காலத்தில் பத்திரிகைக்காரர்களை எந்த மந்திரியும், ஆபீஸரும் விரோதித்துக் கொள்ளுவாங்களா? இவன் மாமனார் பெரிய முந்திரிப் பருப்பு தொழிற்சாலையின் முதலாளி. இந்த ஆபீஸில் காரில் வந்துபோகும் ஜூனியர் என்ஜினியர் சரத்குமார் மட்டும்தானே சார்.'

'எப்படியானால் எனக்கென்ன! ஆனா இப்படி கூடவே இருந்து என்னை அவன் வஞ்சிப்பான்னு நான் நினைக்கவே இல்லை.'

ஆசாரி, செக்ஷனுக்குப் போய்விட்டான். இவனுக்கு ஒன்றுமே ஓடவில்லை. இனி என்ன செய்வது? ஆர்டர் ஆகிவிட்டது! இனி யார்கிட்டே போய் முறையிடுவது? நான் முறையிட்டால் அதுக்கு செவி சாய்ப்பவர்கள் யாராவது இருந்தால், இப்படி ஒரு காரியம் இவ்வளவு ரகசியமாக திடுதிப்புண்ணு நடந்திருக்குமா?'

மறுபடியும் போன் அடித்தது.

'இது நெல்சன், ரவியா?'

‘ஆமாம்.’

என்கிறபோது நெல்சன் என்ஜினியர்ஸ் அஸோஸியேஷனின் ஒரு செயற்குழு உறுப்பினர் என்பதும் அவனுக்கு நினைவு வந்தது.

‘டிரான்ஸ்பர் இல்லையா?’

‘ஆமா... உம்... என்ன செய்ய! இது நம் அஸோஸியேஷனும் சேர்ந்துகொண்டு செய்த சதிதானா?’

‘இல்லை ரகசியமாக இருக்கட்டும்; சூப்ரண்டிங் என்ஜினியரின் வேலை. அவர்தான் பிடிவாதமாக நின்னு உங்களை டிரான்ஸ்பர் பண்ணிவிட்டு உங்க இடத்தில் சரத்குமாரை ப்ரொமோட் செய்து, போஸ்ட் பண்ண சீப் என்ஜினியரைத் தூண்டினாராம்.’

‘அப்படியா...! அப்போ இந்தப் பாபத்தில் நம் அஸோஸியேஷனுக்குப் பங்கில்லையா?’

‘இல்லை... இப்போ ஆர்டர் பார்த்துத்தான் எங்களுக்கும் தெரிய வந்தது. சாதாரணமாக, என்ஜினியர்களின் இட மாற்றம் பற்றி நம் அஸோஸியேஷனிடம் கலந்தாலோசிக்காமல், சீப் என்ஜினியர் உத்திரவில் இப்போதெல்லாம் கையெழுத்துப் போடுவது கிடையாது. ஆனால், இது மட்டும் மிக ரகசியமாக நடந்திருக்குது!’

‘எது எப்படியோ! இந்த விஷயத்தில் எனக்கு க்ரீவன்ஸ் உண்டு. சரத்குமாருக்கு இதே ஊரில் தந்தே தீர வேண்டும் என்றால், இப்போ என்னை டிரான்ஸ்பர் செய்திருக்கும் சவக்கை ஆபீஸில் அவனைப் போட்டிருக்கலாமே. இப்படி ஒருத்தருக்கு வேலை உயர்வு கொடுத்து, அதே ஆபீஸில் போட, புனல்புரத்தில் இருந்து இங்கே வந்து ஆறு மாசம்கூட ஆகியிராத என்னை வெளியே நெட்டித் தள்ளியது பெரிய அநியாயம்.’

‘வாஸ்தவம்’ என்று சொல்லிவிட்டு அவன் போனை வைத்தான்.

இன்னும் எதை எதையெல்லாமோ சத்தம் போட்டுச்சொல்ல வேண்டுமென்ற ஒரு ஆவேசம் - மனசுக்குள் பொருமி, பொருமி வந்து கொண்டிருப்பவைகளை முழுதையும் கொட்டித் தீர்க்க முடியவில்லையே என்ற ஒரு ஆதங்கம்.

திடீரென்று, தன்னைச் சூழ்ந்து இருக்கும் இவர்கள் அனைவரிடமிருந்தும் அந்நியப்பட்டுப்போய், தான் மட்டும் தன்னந்தனியே விடப்பட்டிருப்பதாய் அவனுக்குத் தோன்றியது. தன் பக்கம்

நியாயம் இருந்தும் தனக்காகப் பேச ஒரு சக ஊழியன்கூட இல்லையே என்று அவனுக்கு எரிச்சலாக வந்தது.

சரத்குமார் சிரித்தவாறு அந்த அறைக்குள் ஏறி வருவதைக் கண்ணுற்றபோது இவன் இதயம் படக் படக் என்று அடித்துக் கொண்டது. உணர்ச்சி வசப்பட்டு எக்கச்சக்கமாக நடந்துகொண்டு விடுவோமோ என்று அவனுக்குப் பயமாக இருந்தது. ஆனால், அவன் பக்கத்தில் வந்ததும், 'கன்க்ராஜுலேஷன்ஸ் ஃபார் யுவர் புரொமோஷன்' என்று வாழ்த்தத்தான் இவனால் முடிந்தது.

'இல்லே. என்னைப்பற்றி உங்களுக்கு என்னமோ மிஸ் அன்டர்ஸ்டேன்டிங் இருப்பதுபோல் தோணுது. நான் இந்த பள்ளிகொண்டபுரத்தில்தான் ஒரு பிளேஸ் கேட்டேனே தவிர, குறிப்பாக இந்த ஆபீஸிலேயே வேணுமுன்னு கேட்கல்லே.'

பக்கத்தில் இருந்த ரங்கமணி சொன்னான். 'அப்படின்னா ரவி, நம்ம சூப்பரண்டிங் என்ஜினியரை மீட் பண்ணி சொல்லிப் பாரேன்; சரத்குமாருக்கு இதே ஆபீஸில் வேலை வேண்டுமென்ப தில்லை; இதே ஊரில் வேறு ஏதாவது ஆபீஸில் கிடைத்தாலும் போதுமென்று'. அப்படித்தானே அவன் சொன்னான்?

சரத்குமார் ஓர் அசட்டுச் சிரிப்பு சிரிக்கிறான். நெல்சன் போனில் சொன்னது ரவிக்கு ஞாபகம் வந்தது. சூப்பரென்டிங் என்ஜினியரை நேரில் சந்தித்து கேட்டே விடுவது என்று மனசுக்குள் ஒரு குரல் எழும்பி வந்து சொன்னது. அவன் சடக்கென்று எழுந்து நடந்தான்.

அவன் கீழ் ஊழியர்கள் உட்கார்ந்திருக்கும் செக்ஷனைக் கடக்கும் போது, அவர்கள் விழிகள் தன்மீது பாய்வதை உணருகையில், அவனுக்கு அவமானமாக இருந்தது. தன் கீழ் ஊழியன் ஒருவனை வேலை உயர்வு செய்து நியமிக்க, தன்னை நீக்கம் செய்வது என்பது தன் சுயமரியாதைக்கே ஒரு சவால் அல்லவா...! தன்னை விட இந்த பிளேஸுக்கு அவன்தான் தகுதியானவன் என்று பிரகடனம் செய்து இருக்கிறார்கள். இதற்கெல்லாம் தான் ஒரு கெஜட்டட் ஆபீஸர்... இருந்தும் ஒரு நாயை விரட்டியடிப்பது போல் இப்படிச் செய்து விட்டிருக்கிறார்களே...! அப்படி யென்றால் கீழ்ச் சிப்பந்திகளின் கதி?

சூப்பரென்டிங் என்ஜினியர் ராஜசேகரன் நாயரின் அறை மிகவும் அமைதியாக இருந்தது. ராஜசேகரன் நாயர் புன்முறுவல் பூத்தபடி வரவேற்றார். அன்றுவரை இல்லாமல், இப்போது அவர்

வழுக்கைத் தலையும், கண்ணாடிக்குள் தெரியும் விழிகளும் ஏதோ ஒரு சினிமா வில்லனைப் போன்ற ஒரு பிரமையை இவனது மனசுக்குள் எழுப்பின.

'சார்...' என்று அவன் பேச ஆரம்பிக்கும் முந்தியே 'உனக்கு, டிரான்ஸ்பர் இல்லையா?' என்றார் அவர் மிகுந்த அனுதாபத் துடன்.

'சாருக்கு நேரமே தெரியுமா?'

'இல்லை; எனக்குத் தெரியாதே. உம்... என்ன செய்ய? டஸ் இன் மேட்டர்.'

'அப்போ சாருக்கு சம்மதம் என்றால் எனக்குப் பிறகு ஒன்றும் சொல்வதற்கில்லை' என்று சொல்லும்போது, 'உங்களுக்கு என்னை வேண்டாமென்றால், உங்கள் கீழ் வேலை செய்தே தீர வேண்டும் என்று கெஞ்சும் அளவுக்கு என் சுயமரியாதை என்னைவிட்டுப் போய்விடவில்லை' என்று அவன் மனம் தனக்குத்தானே பேசிக் கொண்டது.

'ஆனாலும் இது பெரிய கஷ்டம் சார்... நான் இந்த ஊருக்கு மாற்றலாகி வந்து ஆறு மாசம்கூட ஆகவில்லை...'

'சர்வீஸில் இப்படியெல்லாம் நடக்குது. எனக்கும் இப்படித்தான் திடீரென்று ஒருநாள் டிரான்ஸ்பர் ஆயிற்று. சர்க்கிள் ஆபீஸில் இருந்து இங்கே... ஆர்டரைப் பார்ப்பது வரையிலும் எனக்கு எந்த முன் தகவலும் இல்லை!'

இந்த ஆபீஸிலிருந்து நான்காவது கட்டிடம் தான் சர்க்கிள் ஆபீஸ்!

அவன் மெல்ல அந்த அறையிலிருந்து வெளியேறினான். வெளியில் வந்ததும், தன் இருப்பிடத்துக்குப் போவதா, இல்லை கீழேபோய் என்ஜினியர்கள் அஸோஸியேஷன் செயலாளரை நேரில் சந்தித்துக் கேட்பதா என்று உள் போராட்டம். எதுக்கும் வெளியேறும் முன், பார்க்க வேண்டியவர்கள் யாவரையும் பார்த்து, கேட்க வேண்டியதை எல்லாம் கேட்டு விடுவதே சரி என்ற ஒரு தீர்மானத்துடன் அவன் மாடிப் படிகள் வழியே கீழே இறங்கினான்.

அஸோஸியேஷன் செயலர், உதவி என்ஜினியர் நம்பியாரும், நெல்சனும் ஒரே அறையிலேயே உட்கார்ந்திருந்தார்கள். இவனைப் பார்த்ததும், 'என்ன டிரான்ஸ்பராமே...? நாங்க யாரும்

அறியவே இல்லையே... உம்... பரவாயில்லே... இந்த ஊரில்தானே...' என்று சொன்னான் நம்பியார்.

'சார்... ஆனாலும், இது ரொம்ப கஷ்டமாகிவிட்டது. ஆர்டரைப் பார்த்ததும் எனக்கு ஒரே ஷாக்கு. இந்த ஊருக்கு நான் மாற்றலாகி வந்து ஆறு மாசம்கூட ஆகல்லே... அதுக்குள்ளே இன்னொரு மாற்றல்... அதுவும் இதே ஆபீஸில் என் கீழ் வேலை பார்க்கும் ஒருத்தனைப் ப்ரமொஷன் கொடுத்துப் போஸ்ட் பண்ணி!'

அவனைச் சொல்லி முடிக்க விடவில்லை - நம்பியார் 'நீங்க அப்படி ரூல் சொல்ல வேண்டாம். அப்படியென்றால் இந்த ஊரிலிருந்து புனல்புரத்துக்குப்போய் ஒரு வருஷத்துக்குள் உங்களுக்கு இங்கு டிரான்ஸ்பர் தந்தது எப்படி சரியாகும்? உங்க அப்பா இறந்து போனார் என்றால், ஒரு மாசத்துக்கு வேண்டு மென்றால் லீவ் எடுத்துவிட்டு மறுபடியும் அங்கேயே போய் நீங்க ஜாயின்ட் பண்ணியிருக்கணும்... நீங்க அந்தச் சாக்கில் இங்கே வந்துட்டீங்க...'

...இப்படிப் படபடவென்று நம்பியார் என்னென்னமோ பேசிக் கொண்டே போனான்.

இதே ஊரில் ஜூனியர் என்ஜினியராக வேலை பார்த்த தனக்கு வேலை உயர்வு வந்தபோது, தன்னை இங்கே போஸ்ட் பண்ண வில்லை. மாறாக இங்கிருந்து ஐம்பது மைல் தொலைவில் ஒரு மலைப் பக்கம் இருந்த புனல்புரத்தில்தான் நியமித்தார்கள். பிறகு அங்கிருந்து இங்கே இடமாற்றம் தந்ததுகூட, தன் அப்பா திடீரென இறந்து போய் விட்டதால் குடும்பப் பொறுப்பை ஏற்க, தானிங்கே உள்ளூரிலேயே இல்லாமல் முடியாது என்ற காரணத் தினால்! ஆனால் இப்போது இந்த சரத்குமாருக்கு, யாரும் சாகா மலேயே இதே ஊரில் இதே ஆபீஸில் வேலை உயர்வு கொடுத்து நியமித்து இருக்கிறார்களே என்றெல்லாம் மனசில் வார்த்தைகள் சூடு பிடிக்கத் தொடங்கியும், ஏனோ வாயைத் திறந்து நம்பியார் கிட்டே அப்போது வாதிட்டுக் கொண்டிருக்க அவனுக்குத் தோன்றவில்லை.

'உங்கள் எஸ். இராஜசேகரன் நாயர் சாருக்கு, அண்ணைக்கு ஒரு நாள் அறையில் ஆபீஸ் சமயத்தில் நீங்களும் உம்மரும் மற்ற ஏயீஸின்கூட கூட்டம் கூடி சத்தம் போட்டுப் பேசி கும்மாளம் அடிச்சதைப் பார்த்த போதிலிருந்தே உங்க ரெண்டு பேர்களின் மீதும் அவ்வளவு நல்ல அபிப்பிராயம் இல்லை. அதனால்தான்

உம்மரை இங்கிருந்து கரும்பாறைக்கு டிரான்ஸ்பர் பண்ணப் பட்டது... இப்போ நீங்கள்! நாம் ஜெ.இ. முதல் சீப் வரை ஒரு அஸோஸியேஷன் மெம்பர்கள்தான்; ஆனாலும் ஒரு எஸ்.இக்குத் தன் கீழ் வேலை பார்க்கும் ஒரு என்ஜினியர்ஸ் அஸோஸியேஷ னுக்கு குறுக்கே ஒன்னும் நிக்க முடியாது... ஆமா...'

இரண்டு மூன்று மாசங்களுக்கு முன்னால் இந்த ஆபீஸில் புதுசாய் சாங்ஷன் செய்யப்பட்ட மூன்று உதவி என்ஜினியர்களின் பிளேஸுகளில் நியமிக்கப்பட்ட மூன்று சக உதவி என்ஜினியர்கள் உட்கார இடமில்லாது, தங்கள் பக்கத்தில் கிடந்த கஸ்ட் சேயர்களில் வந்து உட்கார்ந்திருந்தார்கள்.

அப்போதே முறைத்துப் பார்த்தபடி அந்த வழி எஸ்.இ. நடந்து சென்றது அவனுக்கு ஞாபகம் வந்தது. டெக்னோகிராட்டுகளை ஒன்று சேர்க்க உழைக்கும் என்ஜினியர்களின் அஸோஸியேஷனே இப்போது சக என்ஜினியர்களுக்கு உட்கார இடம் கொடுத்ததை ஒரு குறையாகச் சுட்டி காட்டுவதைக் கேட்க அவனுக்குச் சிரிப்பதா, அழுவதா என்று தெரியவில்லை.

அஸோஸியேஷன் செய்திகள், புகைப்படங்கள் முதலியவற்றைச் சமத்துவ புஷ்பம் தினப் பத்திரிகையில் வெளியிட சரத்குமாரைக் கூப்பிட்டு நம்பியார் கொடுப்பதை அடிக்கடி பார்த்திருப்பது, இப்போது ஏனோ இவனுக்கு ஞாபகம் வந்து தொலைக்கிறது... இருந்தும் நம்பியாரிடம் சொன்னான். 'சார் சரத்குமார் சொல்றான்; இதே ஆபீஸில் அவனை நியமிக்க வேண்டுமென்று அவன் கேட்கவே இல்லையாம். எப்படியும் இந்த ஊரில் வேண்டுமென்றுதான் கேட்டானாம். அப்படியானால், என்னை டிஸ்டர்ப் பண்ணாமல் அவனை சவக்கை ஆபீஸில் போஸ்ட் பண்ணியிருக்கலாம் சார்...'

'ஓஹோ... அப்படியா! அப்படியானால் சீப் என்ஜினியரைப் பார்த்துக் கேட்டுப் பாருங்கோ. இதில் அஸோஸியேஷன் தலையிட முடியாது' என்றான் நம்பியார்.

அவன் வெளியேறினான்.

சீப் என்ஜினியரின் அறைக்குள் அவன் நுழைகையில் சவக்கை ஆபீஸ் சூப்பிரன்டிங் என்ஜினியர் சாஸ்திரி அங்கே உட்கார்ந்து கொண்டு சீப் என்ஜினியரிடம் வார்த்தையாடிக் கொண்டிருப் பதைக் கண்டதும், எந்த ஆபீசரின் கீழ் தான் இனி வேலை

பார்க்கப் போகிறோமோ, அவர்கூட இருக்கையில், அவர் ஆபீஸில் வேலை பார்க்க தனக்கு விருப்பமில்லை என்று முறையிடுவது சரியா என்று அவனுக்கு ஒரு தயக்கம் வந்தது. இருந்தும் அவரை வணங்கி விட்டு 'சார்' என்று ஆரம்பித்தான்.

'உம் என்ன?'

இல்லை சார்... எனக்கு டிரான்ஸ்பர் சவக்கை ஆபீஸில்...'

'ஆமாமா...! இதே ஊரில்தானே...! இப்போ அதுக்கென்ன?'

'இல்லை சார்... நான் புனல்புரத்தில் இருந்து இங்கே வந்து ஆறு மாசம்கூட ஆகல்லே. அதோடு உடம்புக்கும் நல்லா சுக மில்லே... ஒரு வாரம் முந்தி இங்கே ஆபீஸில் வச்சே சுகமில்லாம லாகி எல்லோருமா டாக்ஸி பிடிச்சு வீட்டுக்குக் கொண்டுபோய் விட்டாங்க.'

'உம் உடம்புக்கென்ன?'

'வயிற்றில் ஏதோ அஸிடிட்டியோ, அல்சரோ என்னமோ...! இங்கே பக்கத்தில் வீடு ஆனதால் இந்த ஆபீஸ¬ண்ணால் சௌகரியமாக இருக்கும் சார்.'

'உம்... எம் உங்க எஸ்.இ.தான் ரொம்பப் பர்ட்டிகுலராக இருந்தார். உம் இனி இங்கே பிளேஸ் ஏதாவது வந்த பின்னர் பார்க்கலாம்...! சாஸ்திரி, இவனை உங்க ஆபீசில் போட்டிருக் கேன். இவனுக்கு லைட்டா ஆபீஸ் வொர்க் ஏதாவது கொடு' என்று கூறிவிட்டு அவர் சாஸ்திரியிடம் வேறெதையோ அஃபி ஷியலா டிஸ்கஸ் பண்ணத் தொடங்கியபோது, வேறு வழி யில்லாமல் அவன் மெல்ல வெளியேறினான்.

அவன் தன் இருக்கையில் திரும்பி வந்து உட்காரவில்லை. அதற்குள் சரத்குமார் அசட்டுச் சிரிப்பு சிரித்தவாறு வந்தான். ஒரு பேப்பரை நீட்டினான். அதை வாசித்துப் பார்த்தபோது, அன்று மதியத்திற்குப் பிறகு தன்னை ரிலீவ் பண்ணிவிட்டு, அந்த இடத்தில் அவன் வேலையில் சேரும் டிரான்ஸ்பர் ஆப் சார்ஜ் பேப்பர்.

அவனுக்குப் பற்றிக்கொண்டுவந்தது. 'நாளைக்குக் காலையில் ஆகட்டும். என் பர்சனல் ஃபைல், புத்தகங்கள் அது, இது என்ன வெல்லாமோ இந்த என் மேஜைக்குள் அடஞ்சு கிடக்குது...

நாளைக்குக் காலம்பர வந்து இதையெல்லாம் எடுத்துவிட்டு மேஜைத் திறவலைத் தர்றேன்; அப்போ இதில் கையொப்ப மிட்டுத் தர்றேன்.'

'இல்லை... இன்னைக்கு நல்ல நாள்; அதனால்...' என்று அவன் கட்டாயப்படுத்தியபோது இவனால் உணர்ச்சியைக் கட்டுப் படுத்த முடியவில்லை.

'உங்களுக்கு வேலையில் சேர இன்னைக்கு A.N.ம் நாளைக்கு F.N.ம் ஒன்றுதான், ஒன்றும் நஷ்டமாகாது...'

'இல்லை... இன்னைக்கு நல்ல நாள்... அதனால் இன்னைக்கே எனக்கு ஜாயிண்ட் செய்தாகணும்...' என்று அவன் மீண்டும் நிர்ப்பந்தித்தபோது, 'இன்னைக்குக் கிடைச்ச ப்ரமோஷன் ஆர்டர் நாளைக்கே கிடைச்சிருந்தா?' என்று இவன் மனசில் தோன்றி யதை வெளியில் சொல்லவில்லை.

'நாளைக்கு நம்ம டெக்னிகல் மெம்பரின் மகள் கல்யாணம் நடக்க இருக்கே, அப்போ நல்ல முகூர்த்தம் தான்' என்றபோது, 'அது பன்னிரண்டு மணிக்குப் பிறகுதான்...' என்றான் அவன்.

'நான் ஹை லெவலில் ஏதாவதுபோய் இந்த ஆர்டரை கேன்சல் பண்ண வைத்து விடுவேன் என்று நீங்க பயப்பட வேண்டாம்... அதுக்குள்ள ஹோல்ட் எனக்குத் தெரிந்திருக்குமானால் இப்போ இந்த டிரான்ஸ்பரே நடந்திருக்காது... நீங்க சமாதானமா வீட்டுக்குப் போங்க... நாளைக்குக் காலையில் மேஜைத் திறவலை உங்க கையில் தரும்போது கட்டாயமா கையொப்பம் போட்டுத் தாறேன்' என்று இவன் சொல்லிக்கொண்டிருக்கும் போது, சரத்குமார் உறுமியவாறு வெளியேறி நடந்தான்.

சற்று நேரம் கழிந்து போன் கதறியது.

'ரவியா?'

'ஸ்பீக்கிங்...'

'இது எக்ஸிக்கூட்டிவ் என்ஜினியர் ராகவன் நாயர்.'

'எஸ் சார்...'

'என்ன இது! நீ டிரான்ஸ்பர் சார்ஜ் பேப்பரில் கையொப்பம் போட மறுப்பதா சரத்குமார் புகார் செய்கிறானே...'

ராகவன் நாயரின் குரலைக் கேட்டபோதே இவனுக்குக் குபீரென கோபம் மேலே ஏறியது. தன்னை அவர் கீழ்த்தரமாய் அவமதிப்ப தாய் ஒரு உணர்வு...

‘எதுக்கு சார் இப்படி சவத்தில் குத்தணும்... நாளைக்குக் காலம்பர கையொப்பம் போட்டுக் கொடுத்துவிட்டுப் போய்த் தொலைஞ் சிடறேன்னு சொல்லிவிட்டேனே. பிறகு எதுக்கு சார் இப்படி மறுபடியும் மறுபடியும் ஆளைப்போட்டு ஆள் மாறி ஆள் மாறி வதைக்கிறீங்க! ஒருநாள் முந்தி தொலைஞ்சு போனால் அத்தனைக்கு ஆச்சு என்று எண்ணும்படி சாருக்கு அவ்வளவு தொந்தரவா நான்...’

‘அதுக்கில்லை... இங்கே சரத்குமார் டெபுடி சீப் என்ஜினியரிடம் இன்னைக்கு உடனடியாக சரத்குமாருக்கு சார்ஜை ஹேண்ட் ஓவர் பண்ணிவிட்டு சவக்கை ஆபீஸில்போய் உன்னை ஜாயின்ட் பண்ணச் சொல்லி ஒரு ஆபீஸ் ஆர்டர் வாங்கிக் கொண்டு வந்திருக் கான். இதை அங்கே கொடுத்தனுப்புகிறேன்...’

‘சார் எது எப்படியானாலும் நாளைக்குக் காலையில்தான் என்னால் கையொப்பம் போட்டுக் கொடுக்க முடியும்...’ என்று சொல்லிவிட்டு அவன் போனை வைத்தபோது அவன் உடல் முழுதும் வியர்வையில் தொப்பு தொப்பென்று நனைந்து விட்டிருந்தது.

மணி ஐந்தாகிக் கொண்டிருந்தது... மேஜை டிராயரை அடைத்துப் பூட்டிவிட்டு ரவி ஆபீஸை விட்டு வெளியேறினான்.

13.12.1972

விவேக சித்தன் 1974

7

வட்டுசார்

'வட்டுசார்... வட்டுசார்...' என்று தெருக் குழந்தைகள் ஆர்ப்பரிக்கும் சத்தம்... தெரு விளக்கின் மயங்கிய வெளிச்சத்தைச் சந்தித்து நிற்கும் அந்தி ஒளி...

- இத்தகைய ஒரு பகைப் புலனில் வட்டுசார் அப்படியென்றால் கிறுக்கன் சார், நடராஜனின் வீட்டு நடையில் தோன்றுகிறார்.

மாலை ஏழு மணிக்கு 'ஸீகள்'ளில் சந்திப்பதாக ராமதாஸிடம் சொல்லியிருந்தான். மணி ஆறரை ஆகி விட்டிருந்தது. இவர் அவ்வளவு சீக்கிரம் ஆளை விட்டுவிடமாட்டாரே... 'இன்றைய ப்ரோக்கிராம் தவறி விடுமோ' என்ற கவலையோடு, சுமார் இருபத்தி அஞ்சு வருஷங்களுக்கு முன் மிடில் ஸ்கூலில் தான் படித்துக் கொண்டிருக்கையில் வீட்டுப் பாடம் சொல்லித்தந்த அந்த வீட்டு வாத்தியாரை அவன் பார்த்தான்.

இப்போ அவருக்கு அறுபத்தி அஞ்சு வயசிருக்காதா? மேலே எழும்பி நிற்கும் எண்ணெய் காணாத தலை மயிர், கறுப்பும் வெளுப்பும் கலந்த தாடி மீசை... அழுக்காகிப்போன அரைக்கை சட்டை... நாலு முழ மல் வேட்டி, தோளில் துண்டு - இத்யாதி வேஷம்.

முகத்தில் பயம் கலந்த பவ்வியம்... ஒரு மிரட்சி...

'குழந்தே... உங்க பழைய சாரல்லவா நான்...? என் கழுத்தை வெட்டிப் போடுவேன்னு அந்தப் படுபாவி கயர்கடைக்காரன்

சொல்றானே... கழுத்தில்லாமல் நான் எப்படி வெளியில் இறங்கி நடப்பேன்...'

முப்பத்தி அஞ்சு வயசுக்கும் மேல் ஆகிவிட்ட தான், இப்போது இவருக்குக் குழந்தைதான்!

அவர் குறிப்பிட்ட மேற்படி கயர்கடைக்காரர் தன் அடுத்த வீட்டுக்காரன்... மகா முரடன்...

'தலை இல்லாமல் பார்க்க நல்லா இருக்காதே சார்... அவனுக்கு உங்க தலை இப்போது எதுக்காம்?'

'விளையாடாதீங்க குழந்தே... என் மனசு என்ன பாடுபடுதுன்னு தெரியுமா?'

அந்தக் காலத்தில் எப்போதும் நீல நிறச் சட்டையும், வெள்ளை வேஷ்டியும், செருப்பும் அணிந்து விடுவிடுவென்று டியூஷன் எடுக்க இவர் தெருவுக்கு வரும் திருக்காட்சியைப் பார்க்கணும்...!

வீட்டுப் பாடம் படிப்பிக்கவென்று தூரத்தில் எங்கோ இருந்து இங்கே வந்தவர், எப்படி இந்தத் தெரு உறுப்பினர்களில் ஒருவர் ஆகி விட்டார்! ஐந்து வீடு தள்ளி இருந்த ஆறுமுகம் பிள்ளையின் மகனுக்கு வீட்டுப் பாடம் சொல்லிக் கொடுக்கத்தான் இவர் முதல் முறையாக இந்தத் தெருவுக்கு விஜயம் செய்கிறார். இங்கே அவன் வீட்டிலிருந்து கரும் பலகையையும் அண்டை வீடுகளி லிருந்து இரண்டு மூன்று பெஞ்சுகளையும் அங்கே போட்டுக் கொண்டு தன்னை தன் தம்பியை மேலும் ஆறுமுகம் பிள்ளையின் மகன் உட்பட தெருவில் பத்து பதினஞ்சு சிறுவர் சிறுமியர்களை சேர்த்துக்கொண்டு எவ்வளவு விமரிசையாக இவர் பாடம் நடத்திக்கொண்டிருந்தார்.

இப்போது...?

'என்ன குழந்தே... பேசாம நிக்கிறீங்க! அண்ணைக்கு உங்க ளுக்குப் பாடம் சொல்லித் தரும்போதே எனக்குத் தெரியும். நீங்க பெரிய ஒரு ஆபீஸறா ஜொலிக்கப் போறீங்கண்ணு! ஆனால்... இப்போ நான் எப்படி வெளியே போவேன்... கழுத்தை வெட்டிடுவேன்னு கோபம் சொல்லிவிட்டு நிற்கிறானே...'

'ஏன்?'

'அவன் பிள்ளைக்கு நான் டியூஷன் சொல்லிக் கொடுக்கணுமாம்.'

‘சொல்லிக் கொடுப்பதுதானே.’

‘அதுக்கு அவன் சம்பளம் தர வேண்டாமா…?’

‘பிறகு, சும்மாவா?’

‘எப்போதாவது காப்பி சாப்பிடவென்று காலோ அரையோ தருவான். அதுக்காக நான் எப்படி தொண்டைத் தண்ணியை வற்ற வைப்பேன்…’

‘ஓஹோ…! இப்போ இவ்வளவு தூரத்துக்கு இவர் மலிந்து போனாரா! அந்தக் காலத்தில் இவருக்கு அமோக வரும்படி! அதிகாலைப் பொழுதிண்ணு இல்லை, நட்ட நடு இரவு என்றில்லை, திடீரென்று வந்து கதவைத் தட்டுவார் ‘குழந்தையை எழுந்து படிக்கச் சொல்லுங்க, அதிகமா தூங்கக் கூடாது…’ சாரின் குரல் அசரீரியாய் தெருவில் ஒலிக்கும்.

அது மட்டுமா! அடிக்கடி அவர் தன் சொந்தச் செலவில் எல்லாச் சிறுவர்களையும் மியூசியம், கடற்கரை அக்வேரியம், வாட்டர் வொர்க்ஸ் இப்படி நகரத்தில் முக்கியமாகப் பார்க்க வேண்டிய இடங்களுக்கெல்லாம் உல்லாச யாத்திரை அழைத்துக்கொண்டு செல்வார். ஒரு தடவை கடற்கரையிலிருந்து வரும்போது வெள்ளை மணலை வாரிக்கொண்டு வரச்சொன்னார். வீட்டுக்கு வந்து நீல மையை அதில் கொட்டி உலர்த்தி, இதுதான் கன்யாகுமரி கலர் மண் என்று அவர் போட்ட ஆர்ப்பாட்டமும், அட்டகாச மும்…! பொது இடங்களில் வைத்து பாடத்தில் வரும் ஏதாவது பாட்டையோ, கதையையோ அவருக்கே உரித்தான வெங்கலத் தொண்டையில் இடி முழக்கம் செய்து சொல்லித் தருவார். சுற்று முற்றும் உள்ளவர்கள் பார்த்து கேலி செய்கிறார்கள் என்பதைப் பற்றி ஒன்றும் அவருக்குக் கவலை இல்லை.

‘சாருக்கு இப்போ இந்தத் தெருவில் டியூஷன் உண்டுமா?’

‘உண்டே!’

‘எங்கெல்லாம்?’

‘குழந்தே… அதையொண்ணும் சொல்ல வேண்டாம்… ஹ¬ம் உங்களையெல்லாம் படிப்பிக்கும்போது எவ்வளவு இருந்தது… இப்போ… ஒரே ஒரு வீட்டில்தான்’ எதிர் வீட்டை அவர் சுட்டிக் காட்டினார்.

‘இந்தத் தெருவில் வீட்டுப் பாடம் எடுக்க வந்தால் கழுத்தை வெட்டிப் போடுவாண்ணு கயர்கடைக்காரன் சொன்னாண்ணு எதிர் வீட்டில் சொல்லுவது தானே...’

அடுத்த வீட்டு கயர்கடைக்காரனுக்கு எவ்விதத்திலும் முரட்டுத் தனத்தில் சளைத்தவனில்லை எதிர் வீட்டுக்காரன் என்பதினால் தான் நடராஜன் அப்படிச் சொன்னான். ஆனால், இப்போ சாரின் கண்கள் நிறைவது தெரிகிறது.

‘குழந்தே... அப்படியா சொல்றீங்க...! அப்போ உங்களுக்கு இதில் ஒன்றுமே இல்லையா! உம்... பெரிய ஆளாகிப் போனோம்... இந்தக் கிறுக்கன் சாருக்காக எதுக்குப் போய் அந்த கயர்கடைக்காரன்கிட்டெ மோதிக்கணும் அப்படீண்ணு எண்ணு றீங்க, இல்லையா? ஹ௵ம்... அவுங்க உங்க அப்பா இப்போ உயிருடன் இல்லை, அவர் மட்டும் இருந்திருந்தா இப்படி... உம்... கொயட் ரைட்...’

மேலே பேச முடியாமல் அவர் குரல் தழுதழுத்ததைக் கேட்டபோது அவனுக்கு என்னவோ போலிருந்தது. சின்ன நாட்களில் முதன்முதலாக ஆங்கிலம் படிப்பிக்கும்போது வார்த்தைக்கு வார்த்தை அவர் உபயோகிக்கும் அந்த ‘கொயட் ரைட்டை’ இப்போது கேட்கும்போது அவன் நெஞ்சுக்குள் ஒரு வலியெடுத்தது.

இரண்டுநாள் முன்னால் எதிர் வீட்டில் முதல் வகுப்பில் வாசிக்கும் பொடிப் பையனுக்கு இவர் தெரு முழுதும் முழங்கும் படி ராக விஸ்தாரம் செய்து பாடம் சொல்லிக் கொடுத்துக் கொண்டிருக்கும்போது ‘ஓய் வட்டு சாரே... கடலை வாங்கி எத்தனை நாள் ஆச்சு... மரியாதைக்குக் காசை வையும்...’ - அப்படி இப்படி இன்னும் மோசமான வார்த்தைகளால் நிலக்கடலை விற்கும் இன்னொரு பொடிப் பையன் இவரைத் திட்டுவதைக் கேட்டும் கேட்காதவாறு தான் தெருவில் இறங்கி காரியாலயம் சென்றது ஞாபகம் வருகிறது.

அந்தக் காலத்தில் வீட்டுப் பாடம் சொல்லித் தர வரும்போது நிலக்கடலையோ, சுண்டலோ தன் சொந்தப் பணத்தில் வாங்கிக் கொண்டு வராமலிருந்ததில்லை அவர்.

இருந்தும்...

எல்லா ஆண்டும் கோயில் திருவிழா வரும்போது இவர் வந்து கூட்டிக்கொண்டுபோவார். அங்கே வைத்து சிக்கனம் பார்க்காமல் விளையாட்டுச் சாமான்கள் வாங்கித் தருவார்... பெரிய கூட்டமாக இருந்தால், ஒவ்வொருவரையாய் தோளில் தூக்கி உட்கார வைத்து யானையையும், உற்சவ மூர்த்தியையும் எல்லாம் காட்டித் தருவார். ஒரு தடவை கோவிலுக்குப்போய் விட்டுத் திரும்ப வரும்போது அவர் வீட்டுக்குக் கூட்டிக்கொண்டுபோய் சிஷ்ய கணங்களுக்கு எல்லாம் சாப்பாடு போட்டதும் ஞாபகம் வருகிறது. ஒரு பெரிய தென்னந்தோப்பின் நடுவில், தென்னை ஓலை வேய்ந்த சின்னஞ்சிறிய அழகான வீடு, வீடு நிறைய குழந்தைகளுக்குப் பஞ்சமில்லை... வீட்டின் புறத் தோற்றத்திலிருந்து அப்படியொன்றும் செல்வச் செழிப்பிருப்பதாகத் தோன்றவில்லை.

திடீரென்று, பாடம் சொல்லித் தர வாரக் கணக்கில் வர மாட்டார். மூளைக் கோளாறு லேசாய் இருந்ததென்றாலும், இதனால் யாருக்கும் ஒரு உபத்திரவமும் அவர் இழைத்ததில்லை. சம்பந்தா சம்பந்தமில்லாமல் அவர் பேசத் தொடங்கிவிட்டால் அவர் வீட்டில் தெரிவித்துவிடவேண்டியது. பிறகு நாற்பத்தியொரு நாள் கருப்பாறை பகவதி கோவிலில் நோன்புக்காக அபயம்... அதன்பின் வரும்போது பழையபடி நன்றாக பாடம் சொல்லித் தருவார்.

'உண்மையில் அவருக்குத் தலைக்குக் கிறுக்கு ஒண்ணும் இல்லை. பங்காளிகள் யாரோ சொத்துக்காக செய்வினை செய்துட்டாங்க... அதுதான் பாவம் இப்படிக் கிடந்து கஷ்டப் படுறாரு...' என்று ஆறுமுகம் பிள்ளை ஒரு தடவை தன் அப்பாவிடம் சொல்வதை நடராஜன் கேட்டிருக்கிறான்.

திடீரென்று அவனுக்கு இன்னொரு விஷயம் புலப்பட்டது. எத்தனையோ ஆண்டு தனக்குப் பாடம் சொல்லித் தந்தவர், பிறகும் தன் வாழ்க்கையில் அடிக்கடி குறுக்கிட்டுக் கொண்டிருக்கிறார்... இருந்தும் இன்றைய தேதி வரை, வட்டு சார், கிறுக்கன் சார் முதலிய பட்டப் பெயர்களில் அறியப்படுகிறாரேயன்றி, இவருடைய நிஜமான பெயர், இவர் அப்பா அம்மா ஆசையுடன் ஒரு பெயர் வைத்திருப்பாங்களே, அது என்னவென்று தனக்குத் தெரியாதே...!

'அப்போ நான் போகட்டுமா குழந்தே...?'

சாரின் சத்தம் கேட்டு இப்போ அம்மா உள்ளேயிருந்து 'யாரு சாரா... என்ன விசேஷம்...?' என்று கேட்டாள்.

சாருக்கு இப்போ மீண்டும் உற்சாகம் வந்துவிட்டது போலிருந் தது.

'அம்மா கேட்டேளா நியாயத்தை! அந்தக் கயர்கடைக்காரன் என் கழுத்தை வெட்டப் போறான்னு சொன்னா, எதிர் வீடடுக்கார னிடம் போய்ச்சொல், அப்படி இப்படீண்ணு உங்க மகன் சாக்கு போக்கு சொல்லி என்னை ஏமாற்றப் பாக்குது... உங்க குழந்தை பலே ஆளு... அண்ணைக்கு கடிகார ரிப்பயர் செய்யும்போது 'ஆயுதம் இல்லாதவன் போரிடுவது எங்ஙனம்?' என்று மூன்றாம் வகுப்பில் நானே சொல்லிக் கொடுத்த பாடத்தைச் சொல்லி என்னை மடக்கி, சார், பரவாயில்லே, போய் ரிப்பேர் பண்ணத் தெரிஞ்சவங்க யாராவது இருந்தா கூட்டிக்கிட்டு வாங்க - அப்படீண்ணு எங்கிட்டே சொன்ன ஆளல்லவா?' என்று சொல்லிவிட்டு, லேசாய்க் குனிந்து தோளில் கிடந்த துண்டை எடுத்து வாயைப் பொத்திக்கொண்டு ஹா... ஹா... என்று சிரிக்கத் தொடங்கினார்... அவர் உடம்பு குலுங்கியது... இப்படிச் சிரிப்பதுதான் அவர் வழக்கம்.

போன மாதம் ஒரு நாள் வீட்டுக்கு வந்தபோது, தேதி, கிழமை காட்டும் தன் வெளிநாட்டு சுவர் கடிகாரம் ஓடாமல் நிற்பதைக் கண்டு, 'குழந்தே... எனக்குக் கடிகார ரிப்பயர் நல்லாத் தெரியும்' என்று சொல்லி, கடிகாரத்தின் சின்னஞ்சிறிய பாகங்கள் அனைத்தையும், அக்கு வேறு, ஆணி வேறாய்ப் பிய்த்துப் போட்டு பெட்ரோலில் கழுவி விட்டு, கடைசியில் அதைச் சரியாக இணைக்கத் தெரியாமல், அதற்குத் தேவையான கருவி கள் எதுவும் இல்லாமல், அவர் பரிதாபமாய் விழிப்பதைப் பார்த்து, தான் அப்படிச் சொன்னது என்னவோ வாஸ்தவம்தான். ஆனால்... இப்போ அந்தக் கடிகாரம் ஓடத் தொடங்கி விட்டா லும், மணி அடிப்பது தான் ஒரு இங்கிதமோ, ஒழுங்கு முறையோ இல்லாமல் இருக்கிறது. ஏழுக்கு இரண்டு முறை அடிக்கும். பன்னிரண்டுக்கு ஒன்று அடிக்கும்... ஆனாலும், ஓடாமல் இருந்த கடிகாரத்தின் உயிரை ஒட்ட வைத்து விட்டோமே என்ற எக்களிப்புடன்தான் அவர் இவ்விஷயம் பற்றி பிரஸ்தாபித்துக் கொண்டிருக்கிறார்.

‘குழந்தே... நீங்க இன்னும் பெரிய பெரிய பதவியெல்லாம் வகிக்கப் போறீங்க... அப்போ உங்க பக்கத்தில் ஒண்ணும் வர மாட்டேன். அது உங்களுக்கு அவமானமா இருக்கும்... ஆனா... எங்காவது ஒளிந்து நிண்ணாவது பார்த்து விட்டுத்தான் நான் கண்ணை மூடுவேன்...’

ஆரம்பப் பள்ளி, இடைநிலைப் பள்ளி, உயர்நிலைப் பள்ளி, கல்லூரிகள் இப்படி தன் படிப்பு முன்னேற முன்னேற எத்தனையோ ஆசான்கள் தன் கல்வி வாழ்க்கையில் வந்து போய் விட்டார்கள். ஆனால், அவர்கள் யாருக்கும் இல்லாத ஒரு ஒட்டுரிமை, பிடிப்பு இவருக்கு மட்டும் தன்னிடம் ஏன்?

எத்தனையோ பேர்கள் வந்துபோன ஒரு அரங்கில் வெறும் ஒரு வீட்டு வாத்தியாராக மட்டும் அவர் நிற்கவில்லை. தன் கல்யாணத் தின்போது, தன் தம்பி தங்கைமார்களின் கல்யாணங்களின்போது எல்லாம் அவர் எங்கிருந்தாலும் சரி, சமஸ்கிருதம் கலந்த மணிப் பிரவாள நடையில் இலக்கண சுத்தமாய் சுயமாக அவர் எழுதிய வாழ்த்துக் கவிதைகளைக் கொண்டுவந்து ராகத்தோடு வாசித்தளிப் பார்...

திடீரென்று வீட்டுக்கு வந்து, ‘குழந்தே... சாயா குடிக்கணும்... இருபது பைசா வேணும்...’ என்று உரிமையுடன் கேட்டுப் பெற்றுக்கொண்டு போவார்.

இப்போது அங்கே வந்த நடராஜனின் மனைவி லலிதாவைக் கண்டதும் அவர் உற்சாகமாய்ச் சொன்னார்.

‘அம்மா உங்க புருஷன், ஆள் சாதுபோல் இருக்கிறாருண்ணு பார்க்க வேண்டாம்... இவர் பெரிய ஆளு... பத்து வருஷங்களுக்கு முந்தி, அப்போ அவருக்கு கல்யாணம் ஆகல்லே, ஒரு நாள் பஸ் ஸ்டாண்டில் வைத்து, ஒரு பொம்பளை, சும்மா சொல்லப்படாது, அவ உங்களைவிட கொள்ளை அழகு, அப்போ இவர் இன்னும் துடியா இருப்பார். அவ இவரைப் பார்த்து வசீகரமான ஒரு சிரிப்பு சிரித்தாள்... நான் படிப்பிச்சுக் கொடுத்த குழந்தை அல்லவா, அவளைத் திரும்பிக்கூட பார்க்காமெ, முகத்தைத் திருப்பி நிமிர்ந்து நடந்துபோய் பஸ்ஸில் ஏறிக்கொண்டார்... ரோடில் போய்க் கொண்டிருந்த என்னை ரெண்டு பேரும் பார்க்கல்லே... அந்தக் காட்சியைக் கண்டதும் எனக்கு மெய் சிலிர்த்தது. கோவிலுக்குப் போய்க்கொண்டிருந்த நான், ஓடி இங்கே வந்து உங்க அத்தையிடம் சொல்லி ஆனந்த பாஷ்யம் சொரிந்தேன்...’

லலிதாவுக்கு ஒருவேளை இது செய்தியாக இருக்கலாம். ஆனால் நடராஜனுக்கு இது இதுக்கு முன் பல தடவை இவர் வழியாகவும் அம்மா வழியாகவும் பல தடவை கேட்டறிந்த சமாசாரம்தான்...! அதைக் கேட்கும் போதெல்லாம் மனசறிய தான் செய்யாத கர்மத்தால் தன் தலையில் தூக்கி வைக்கப்பட்ட புண்ணிய சுமை அழுத்த, தான் பார்த்தறியாத அந்தப் பெண்ணுக்காக அவன் உள் மனசில் ஏற்படும் ஒரு ஊமை வருத்தம் இப்போதும் அவனுக்கு ஏற்பட்டது.

'அப்போ குழந்தே... என்ன சொல்றே...? அந்த முரடனை அப்படியே விட்டு வைக்கலாமா... நான் உங்க பழைய வாத்தி யாரல்லவா...?'

அவர் மீண்டும் பழைய அதே கேள்விக்கு வந்து விட்டார். அவன் கைக் கடிகாரத்தைப் பார்த்த போது மணி ஏழாகி விட்டிருந்தது.

'அதெல்லாம் ஒண்ணும் செய்ய மாட்டான் சார்... இதென்ன வெள்ளரிக்கா பட்டணமா சும்மா கழுத்தை வெட்டி விட! சும்மா சாரை மிரட்ட அப்படி சொல்லியிருக்கான்... சார் எதுக்கும் போலீஸில் ஒரு கம்ப்ளைன்ட் எழுதிக் கொடுங்கோ...' என்றவாறு தெருவில் இறங்கும்போது, 'போலீஸிலே... ஐயையோ...' என்று அவர் சொல்வதைக் கேட்க நிற்காமல் அவன் விரைந்து நடந்தான்.

23.01.1973

சதங்கை 8/1973

8

பொருத்தம்

மூர்த்தி அந்த வீட்டுக்குள் நுழையும்போது, வீடு அமைதியில் ஆழ்ந்து கிடந்தது. வெளி முற்றத்தைக் கடந்து படியின் அருகில் நின்றுகொண்டு செருப்பைக் கழற்றிப் போட்டவாறே, வராந்தாவின் இடப் பக்கம் ஜோஸியர் அருணகிரி வழக்கமாக உட்கார்ந்திருக்கும் அறையை எட்டிப் பார்த்தபோது அங்கே அவர் இல்லை என்பது தெரிந்தது.

வீட்டினுள் பாத்திரப் பண்டங்கள் உராயும் சத்தம் கேட்டுக் கொண்டிருக்கிறது. ஓரிருமுறை கனைத்துப் பார்த்தும் யாரும் வெளியில் வரவில்லை.

வழக்கத்திற்கு மாறாகக் காலையில் இரண்டு மைல் தூரம் வேகமாய் நடந்ததால் அவனுக்கு மூச்சு வாங்கியது. படி ஏறி, வராந்தாவில் கிடந்த பெஞ்சியில் உட்காரக் கால்கள் கெஞ்சியும், யாரும் சொல்லாமல் அப்படி உரிமையுடன் ஏறி உட்காருவது முறையில்லை என்ற ஒரு கூச்ச உணர்வுடன் அவன் நின்று கொண்டிருந்தான்.

திடீரென்று, கீழே வீட்டின் பின் வாசல் வழியில் ஓரிரு மண் பானைகளுடன் ஒரு நடுத்தரப் பிராயம் வரும் பெண் எதிர்ப்பட்டாள். வேஷ்டியும், ஜம்பரும் மட்டும் அணிந்திருந்ததனால் தானோ என்னவோ, அவள் மிகவும் தடிமகனாக அவனுக்குத் தோன்றினாள்.

‘அவர் இல்லையா?’

‘இங்கே பூஜையில் இருக்கார்’ என்று வீட்டை விட்டு நீங்கித் தனியாகக் கோவில்போல், சிறிசாய், புதிதாய் கட்டப்பட்டிருந்த ஓர் அறையை அவள் சுட்டிக் காட்டினாள். அவன் திரும்பி நடந்து அங்கே சென்று பார்த்தபோது, இடுப்பில் ஒரு காவித் துண்டு மட்டும் உடுத்தியபடி, பீடத்தில் பிரதிஷ்டை பண்ணியிருந்த ஒரு தங்க நிற வேலில், அருணகிரி பூஜை நிகழ்த்திக்கொண்டிருப்பது தெரிகிறது. இவனும் பயபக்தி விசுவாசத்துடன் விழிகளை மூடிக் கரங்களைக் கூப்பி, வேலைத் தாழ்ந்து தொழுதுவிட்டு, தொழுகையுடனேயே அவரைப் பார்த்துச் சிரிப்பதாய்க் காட்டிய போது, ‘அங்கே இருக்கலாம், இப்போ வந்து விடுகிறேன்’ என்றார் அவர்.

அவனுக்கு மிகவும் ஆசுவாசமாக இருந்தது. திரும்பி வந்து, படிகள் ஏறி, வராந்தாவில் நுழைந்து பெஞ்சியில் உட்கார்ந்தான்.

சமீபத்தில் தரை பழுது பார்க்கப்பட்டிருந்ததை, அங்கங்கே நிறம் மாறிக் காணப்பட்ட புதிய சிமிண்டு காரை சொல்லிக் கொண்டிருந் தது. இருந்தும், தரையிலும், சுவரிலும் இனியும் பழுது பார்க்கத் தகுந்த வெடிப்புகள் தென்பட்டன. சுவர் முழுதும் சாமி, சினிமா நடிகர்கள், கட்சித் தலைவர்கள் படக் காலண்டர்கள் இன வேற்றுமையின்றித் தொங்கிக் கொண்டிருந்தன.

பூஜை அறையில் மணிச் சத்தம் கேட்கிறது. உரத்த குரலில் அவர் மந்திரோச்சாடனம் செய்வது கேட்டுக் கொண்டிருக்கிறது. இவன் கையில் வைத்திருந்த பத்திரிகையைத் திறந்து நோக்கி ஜாதகங்கள் பத்திரமாக இருக்கிறதா என்று பரிசோதித்துப் பார்த்துக் கொண்டான். பிறகு நேர் எதிர் சுவரில் ‘யாமிருக்க பயமேன்?’ என்று கேட்டுக்கொண்டிருந்த முருகனை உற்றுப் பார்த்தான். கை கடிகாரத்தைப் பார்த்தபோது மணி ஒன்பதரையை நெருங்கிக் கொண்டிருப்பது தெரிகிறது. உம்... அப்பா இருந்திருந்தால் இம்மாதிரி பொறுப்புகள் எதுவும் தனக்கில்லை.

கையிலிருந்த பத்திரிகையைப் புரட்டியபோது ஒரு அஸாமியக் கதையின் மொழிபெயர்ப்புத் தென்பட்டது. அதைப் படிக்க லானான்.

பொருத்தம் இருக்காமல் இருக்க வழியில்லை. பெண் வீட்டுக் காரர்கள் இரண்டு புகழ் பெற்ற ஜோஸியர்களிடம் - ஒருவர் உள்ளூர் ஜோஸியர், இன்னொருவர் வெளியூர்வாசி. ஏற்கெனவே ஜாதகங்களைக் காட்டிவிட்டிருந்தார்கள். இருவராலும், ‘நல்ல

பொருத்தம், இதுதான் நடக்கும்' என்று ஒரு முகமாய் அடித்துச் சொல்லப்பட்டு விட்ட சமாசாரம். ஆனாலும் மாப்பிள்ளை வீட்டிலிருந்து பொருத்தம் பார்க்காமல், சம்மதம் வழங்கலாகாது என்ற வெறும் ஒரு மாமூலுக்குத்தான் இப்போ இங்கே வந்திருக் கிறோம்... இவர் மட்டும் வேறொன்றும் மாறிச் சொல்லிவிடப் போவதில்லை.

அவன் வாசித்துக் கொண்டிருந்த கதையில் மனசை ஒருமுகப் படுத்தச் சிரமப்பட்டுக் கொண்டிருக்கும்போது, ஜோஸியரைப் பார்க்கத்தானோ என்னவோ, இரண்டு பெண்கள் வருவது தெரிகிறது. அவர்கள் எங்கே தனக்கு முந்தி விடுவார்களோ என்று பயந்து பத்திரிகையை மூடிவிட்டு அவன் எழுந்து நின்றான்.

அருணகிரி, பூஜையை முடித்துவிட்டு வெளியில் இறங்கி, நடையைத் தொட்டு கண்ணில் வைத்துவிட்டு வராந்தா படி ஏறி அவனைப் பார்த்துவிட்டு உள்ளே சென்றார்.

உடுத்தியிருந்த காவித்துண்டை மாற்றி வெள்ளை வேஷ்டி அணிந்துவிட்டு, பலகையை எடுத்துப்போட்டார். சோழிகளைப் பரப்பினார். ஒரு தடுக்கைக் கீழே விரித்துக்கொண்டிருந்தபோது, முற்றத்தில் நின்றுகொண்டிருந்த பெண்டுகள் ரெண்டு பேர்களும் மெல்ல மேலே ஏறி வருவதைக்கண்டு, இவன் அவசரம் அவசரமாக அருணகிரியின் அருகில் சென்றான். அவர் உட்காரச் சொல்லும் முன் தடுக்கில் உட்கார்ந்தான். அவரும் உட்கார்ந்தார்.

'உம் என்ன?' என்ற கேள்வி தொனிக்க அவனை அவர் பார்த்தார்.

'ஜாதகப் பொருத்தம் பார்க்கணும்' என்றவாறு மெல்லக் கையிலிருந்த பத்திரிகையைத் திறந்து இரண்டு ஜாதகங்களை யும் எடுத்து, கடவுளை வேண்டியவாறு அவர் கையில் கொடுத்தான்.

'என் தம்பியின ஜாதகம். நீங்க எழுதியதுதான்...' என்று மட்டும் அவன் சொன்னான். அவர் ஒன்றும் பேசாமல் ஒரு வெள்ளைக் காகிதத்தை எடுத்துக் கோடிட்டு, முதலில் பெண் ஜாதகத்தையும், அதன் பக்கத்தில் ஆண் ஜாதகத்தையும் பார்த்து எழுதினார்.

பிறகு அதன் கீழ் என்னவோ எழுதலானார். தலை கீழ் தெரியும் அந்த எழுத்துக்களைக் கூட்டி வாசிக்க வியர்த்தமாக முயற்சி செய்தவாறு மௌனமாய் அவன் உட்கார்ந்திருந்தான்.

அந்தப் பெண்டுகள் இரண்டு பேர்களும், இப்போது, சற்றுமுன் அவன் உட்கார்ந்திருந்த பெஞ்சில் உட்கார்ந்துகொண்டு இங்கேயே பார்த்துக்கொண்டிருப்பது தெரிகிறது. இவன் பேன்ட்ஸ் அணிந்து இருந்ததால், இப்படிக் கீழே கால்களைச் சம்மணம் கூட்டிக்கொண்டு இருப்பதினால், இடுப்பின் கீழ் ஒன்றும் அணியாததைப் போன்ற ஒரு கூச்ச உணர்வு தாக்க, அடிக்கடி குனிந்து பார்த்துக்கொண்டிருந்தான்.

அருணகிரி பக்கத்தில் இருந்த பஞ்சாங்கங்களை எடுத்துப் புரட்டுவதும், எழுதுவதுமாக இருந்தார். பக்கவாட்டில் சுவர் அருகில் சேர்த்துப் போட்டிருந்த கட்டில் இவன் கண்களை உறுத்தியது.

அவர் வாய் திறந்தார்.

'இந்த ஜாதகங்களில் ஷஷாஷ்டி தோஷம் இருக்கு... அதாவது பெண்ணின் ராசியிலிருந்து ஆறாவது ராசி, மாப்பிள்ளையின் ராசி (விரல்கள் ஒவ்வொன்றாய் மடக்கியவாறு) மீனம், மேஷம், இடபம், மிதுனம், கர்க்கடம், சிம்மம்... அதனால் இந்த ஜாதகங்கள் பொருந்தவில்லை...'

அவனுக்குப் பகீரென்றிருந்தது.

'பெண் வீட்டுக்காரங்க இங்கே செங்காட்டில் ஒரு ஜோஸியனிடமும், அயினாளக் குறிச்சியில் ஒரு ஜோஸியன் கிட்டேயும் கேட்டிருக்காங்க... ரெண்டு பேரும் நல்லா பொருத்தம் இருப்பதாகச் சொன்னாங்களாமே...'

'அதெல்லாம் நான் இதில் விளக்கமா எழுதியிருக்கேன்... ராசி பொருத்தம் இல்லாவிட்டாலும், ரெண்டு ஜாதகங்களும் பாவம் கூடிய ஜாதகங்கள்... அதோடு வேறெ அஞ்சு பொருத்தங்களும் இருக்கும். மொத்தத்தில் உத்தமம் இல்லை, மத்திய பொருத்தம்.'

'அப்போ கல்யாணம் பண்ணி வைக்கலாமா, கூடாதா?'

'கூடாது... கல்யாணம் பண்ணி வைத்தால் தம்பதிகளுக்குள் எப்போதும் மனஸ்தாபங்களும், சண்டை சச்சரவுகளும் வரக் கூடும்...'

அவரிடம் வேறெதையுமே கேட்க அவனுக்குப் பயமாக இருந்தது. தட்சிணையைக் கொடுத்துவிட்டு வெளியில் இறங்கினான். என்னவோ, கையில் கிடைத்தது நழுவிப்போய்விட்டதுபோல்

ஒரு ஏமாற்ற உணர்வு... பெண், பார்க்கச் சுமாராகத்தான் இருப்பாள் என்று தெரிய வந்திருந்தது. ஆனாலும், நல்ல பணச் செழிப்பும், படிப்பும், பண்பும் உள்ள குடும்பம்... இது நடந்தால் தம்பிக்கு எப்படியும் நன்மையே! ஆனால், இந்த அருணகிரி ஜோஸியர் இப்படிச் சொல்கிறாரே...! வேறு இரண்டு பிரபல ஜோஸியர்கள் அனுமதிக்கிறார்களே...! 'இதெல்லாம் வெறும் மூட நம்பிக்கை, தைரியமாகத் தாலி கட்டுடா...' என்று தன் தம்பியிடம் அடித்துச்சொல்ல இயலாத தன் பலவீனத்தை உள்ளுக்குள் சபித்தவாறு அவன் நடந்துகொண்டிருந்தான்.

வெயில் சுள்ளென்று உறைத்தது. மணி ஒன்பதே முக்கால் ஆகி விட்டிருந்தது. நேராக பஸ் நிலையத்தில்போய் பஸ் ஏறி ஆபீஸுக்குப் போய்விடலாமென்றால், மாலையில், தன் கரியாலயத்திலிருந்து வீட்டுக்குத் திரும்பிச் சென்ற பிறகுதான் அம்மாவிடம் விஷயம் தெரிவிக்கமுடியும்... அதுவரை அவளுக்கு அனாவசிய சஸ்பென்ஸ், எதிர்பார்ப்பு!

அவன் வீட்டில் சென்று ஜாதகங்களையும், ஜோஸியர் எழுதித் தந்த காகிதத்தையும் அம்மாவிடம் கொடுத்து விட்டு, 'பொருத்த மில்லை'' என்றபோது, அவள் 'என்ன?' என்று ஆச்சரியப்பட்டுக் கொண்டு நிற்கையில், மேலும் விவரங்களை சவிஸ்தாரமாய்ச் சொல்லிக் கொண்டிருக்க அவகாசம் இல்லாததால் - இப்போது மணி பத்து ஆகி விட்டிருந்தது. அவன் அவசரம் அவசரமாக இறங்கி நடந்தான்.

29.01.1973

ஞானரதம் *4/1973*

9

இரண்டாவது முகம்

வேறு யாருடையதோ முகத்தைப்போல் கண்ணாடியில் தன் முகத்தை ஒருதடவைகூட அவள் பார்த்துக்கொண்டாள்.

அப்படியொன்றும் அவலட்சணமாகத் தோன்றவில்லை. தலையில் மயிர் கொஞ்சம் குறைவுதான். ஆனாலும் ஜடை பின்னிப் போட்டால் அது அவ்வளவாக வெளியில் தெரியாது. முகத்தில் புருவங்கள், விழிகள், மூக்கு, வாய் இப்படித் தனித் தனியாப் பார்க்கும்போது பெரிய கவர்ச்சியாகத் தோன்றா விடிலும், எல்லாமாகச் சேர்க்கையில் ஒரு அடக்கமான அழகைக் காட்டத்தான் செய்கிறது.

நிறம்... அசல் வெள்ளை இல்லாவிடிலும் வெளுப்புத்தான்...

உடல்... பருமனில்லை... ஆனால் உயரம் கம்மி... குறிப்பாக அவன் உயரத்தோடு சேர்த்துப் பார்க்கும்போது ரொம்பக் குட்டையான ஒரு தோற்றம்.

அவன் காரியாலயத்திற்குச் செல்லும்போது 'உன் முகத்தை எங்கிட்ட காட்டாதே... பேசாமல் உள்ளே தொலைஞ்சு போ...' என்று கோபத்தில் சொல்லிவிட்டு பஸ்ஸுக்காக விழுந்தடித்துக் கொண்டு ஓடியது, மீண்டும் அவளுக்கு ஞாபகம் வந்தது.

அன்றைய சண்டையின் காரணம் உடனடியாக அவளுக்கு ஞாபகம் வரவில்லை.

கல்யாணமாகி இந்தப் பத்தாண்டு காலத்தில் இந்தத் தன் முகத்தை அவன் எப்படியெல்லாம் புகழ்ந்திருக்கிறான். இதில் வேடிக்கை

என்னவென்றால் கல்யாணம் ஆகும் முன் ஒரு தடவைகூட அவன் இந்த முகத்தைப் பார்த்ததில்லையாம்... பெரியோர் களால் நிச்சயிக்கப்பட்ட திருமணம்... பெண்ணை ஒருதடவை பார்க்க வேண்டாமா என்று கேட்டபோது, 'அப்பாவும் அம்மா வும் பார்த்துக்கொண்டுவரும் பெண் எனக்குப் பரிபூரண சம்மதம் தான்...' என்று அவர்களுக்கு அவன் மனமார இதற்கு லைசன்ஸ் வழங்கியிருந்ததாக, அவனே சொல்லி அவள் அறிந்திருக்கிறாள்.

'அப்படிப் பெரிய எதிர்பார்ப்பு ஒன்றும் எனக்கு இல்லாதிருந்ததால் வெளியழகைப் பொறுத்தவரையில் எனக்கு ஏமாற்றம் எதுவும் இல்லை. மேலும் ஒரு பெண்ணுக்கு வெளியே தெரியும் கழுத்தின் மீதிருக்கும் அவள் முகம் தவிர, அவள் கணவனுக்கு மட்டுமே தெரியும் இனி ஒரு முகமும் உண்டு... இந்த உலகத்தில் உள்ள சகலமான பெண்களுக்கும் இந்த இரண்டாவது முகம் ஒன்றுதான்...!' என்று கல்யாணமான புதிதில் அடிக்கடி ஒரு விதப் பரவசத்துடன் சொன்னவாறு அவன் தன்னை அணுகியதுண்டு.

இந்த முகத்தை அவன் ஒப்புக் கொண்டதன் அடையாளச் சின்னங்களாக இப்போது நான்கு குழந்தைகள்... மூத்தவளுக்கு ஒன்பது வயது... இளையவளுக்கு இன்னும் இரண்டு மாசத்தில் மூன்று வயசு திகைத்து விடும். இப்போதும் கை விட்டுச் செய்யும் கழைக் கூத்தாட்டம்தான் என்று ஐந்தாவதில் விடியுமோ தெரிய வில்லை...! இருந்தும், இப்போதெல்லாம் அடிக்கடி இந்த 'முகத்தைக் காட்டாதே' என்று விரட்டியடிக்கிறானே...!

இந்தப் பத்தாண்டு காலத்தில் நேற்றுவரை எத்தனைமுறை தங்கள் சங்கமம் நேர்ந்திருக்கும் என்றுகூட அவள் சம்மதம் இல்லாம லேயே அப்போது அவள் அந்தராத்மா கணக்குப் பார்க்கத் தொடங்கியபோது அவளுக்குத் தன் மீதே எரிச்சலாக வந்தது. பசித்தவனின் பழங்கணக்கா...?

தன்னுடைய இந்த அரிப்புத்தானே எப்போதும் தன்னை அவனுக்குச் சரணடையச் செய்திருக்கிறது! முன்பெல்லாம் தன்னைச் சீண்டிவிட, தன்னை, தன் குடும்பத்தை எல்லாம் அவன் வம்புக்கிழுக்கும்போது, அதைப் பாராட்டாதிருக்கும் அளவுக்கு தன் உடல் உபாதைகளுக்கு அவன் தீனியாக இருந்திருக்கிறான்... இப்போ...! இப்போதும் வேறு எதற்கு வலுவிருந்தாலும், இல்லா விட்டாலும் இதற்கு அவன் எப்போதும் தயார்!

ஆனால்... நாலு பெற்ற அசதியோ, இல்லை உடம்பின் சுதாவான பலவீனமோ, மறுநாள் தலை சுற்றல், வாந்தி, வயிற்று வலி இத்யாதி இத்யாதி உபத்திரவங்கள் தன்னைப் படுக்கையில் தள்ளி விடுகின்றன... இதைப் பயந்து ஆசை அங்கே தள்ளுது, கர்மம் இங்கே தள்ளுது என்று ஒதுங்கிப் போய்விடும் பரிதாபம் தனக்கு! இந்தத் தாழ்வு மனப்பான்மையினால்தானோ, இல்லை தெரியாதவர்களுக்குப் பிரம்மச்சாரியாகத் தோன்றும் இவன் நடை பாவனைகளால்தானோ (அவன் கண்ணின் ஆழத்தில் தனக்கு மட்டும்தான் அந்த நிரந்தர சோக சுபாவம் தெரியும்) தெரியவில்லை, தனக்கு எல்லாவற்றின் மீதும் ஒரு வெறுப்பு.

அவளுக்கு அசதியாக இருந்தது. மூத்த குழந்தைகள் மூன்று பேரும் பள்ளிக்கூடம் சென்றுவிட்டிருந்தார்கள். கடைக்குட்டி ஜ்வாலா கூடத்தில் விளையாடிக் கொண்டிருந்தாள். வேலைக் காரி பொன்னம்மா கொல்லையில் பாத்திரங்களை உருட்டிக் கொண்டிருந்தாள்.

சற்று முன்தான் பையன் வந்து அவனுக்கும், ஆயா வந்து குழந்தைகளுக்கும் மதிய சாப்பாட்டை எடுத்துச் சென்றார்கள். மணி இப்போ ஒன்றுகூட இருக்காது. மத்தியான வெயில் வெளியில் தீயாக எரிந்து கொண்டிருந்தது. ஒரே புழுக்கம்... அவளுக்குச் சோர்வாக வேறு இருந்தது. மின் விசிறியைப் போட்டு விட்டு, ரவிக்கையின் பட்டனை அவிழ்த்தவாறு கட்டிலில் படுத்தாள்.

'நீ ஞாபக மறதி, ஞாபக மறதிண்ணு இவ்வளவு நாள் என்னிடம் சொல்லிக் கொண்டிருந்தது எல்லாம் பொய்யுண்ணு எனக்கு நல்லா புரிஞ்சு போச்சு... உனக்கு அசாத்திய திமிர்... போ... உன் முகத்தைப் பார்த்தாலே பாவம்...' என்று நேற்று அவன் சத்தம் போட்டதும் ஞாபகம் வருகிறது.

திமிர் என்று அவன் சொன்னது உண்மையாக இருக்குமா...?

இருக்கலாம்...!

வீட்டில் யாராவது வந்து போனால் அவன் வெளியிலிருந்து வந்த வுடன் அதனைத் தெரிவித்து விடவேண்டியது!

வந்தவர்களிடம் நிகழ்ந்த உரையாடல்களை ஒன்று விடாமல் சொல்ல வேண்டும்.

அவன் எதையாவது பேசும்போது, அது சின்ன விஷயமானாலும் பெரிய விஷயமானாலும் சரி, திருவாக்குக்கு எதிர்வாக்குப் பேசலாகாது.

குழந்தைகளை அழ விடக்கூடாது.

இனி வீட்டில் அவன் ஒழுங்குபடுத்தி வைத்திருக்கும் பொருள்கள் எல்லாம் அப்படி அப்படி எப்போதும் ஒழுங்காக இருக்க வேண்டும்.

வீட்டில் ஓரிடத்திலும் ஒரு போதும் குப்பை கூளங்கள் எதுவும் கிடைக்கலாகாது.

அவன் 'எள்' என்று சொன்னால் எள்ளைத்தான் கொண்டு கொடுக்க வேண்டும், தவறிப் போய்கூட அது எண்ணெயாகி விடக்கூடாது.

ஒவ்வொரு நாள் ஒவ்வொரு மூடில் அவன் வருவான். இதற்கெல்லாம் தகுந்தவாறு தன் மூடையும் அட்ஜஸ்ட் பண்ணிக் கொண்டு குறிப்பறிந்து அவனுக்குப் பணி புரிய வேண்டும்.

- இப்படி இப்படி இன்னும் சொல்லித் தீராத எத்தனை எத்தனையோ கொள்கைகள்!

தன் வாழ்க்கை நரகமாக ஒரு பெண்ணுக்கு இதைவிட வேறு என்ன வேண்டும்...!

இந்தக் கெடுபிடிகளில் நாள் செல்லச் செல்ல, தனக்கு வெறுப்பு ஏற ஏற அவனுக்குக் கடுமையான பிடிப்பும், புதிய புதிய லட்சியங்களை மோகித்துள்ள வைராக்கியமும் கூடிக்கொண்டே இருந்தது.

பிறகு என்றும் மோதல்கள்தான்...!

அவன் இரு தம்பிகளும் இரண்டு மூன்று நாட்களாக ஆசுபத்திரியில் கிடக்கிறார்கள். ஒருவனுக்கு ஜுரம், இன்னொருவனுக்கு அப்பன்டிக்ஸ் ஆப்பரேஷன்.

'அப்பா இல்லாததால் குடும்பத்தில் மூத்தவன் நான் எவ்வளவு மன உளைச்சலில் கிடந்து தவித்துக்கொண்டிருக்கேன் தெரியுமா?' என்று அவன் கேட்டபோது, 'அதைப்பற்றி எனக்கென்ன கவலை!

அவரவர் கவலை அவரவர்களுக்கு' என்றுதான் தன்னால் சத்தம் போட முடிந்தது.

'கவலைப்பட்டுக் கவலைப்பட்டு எங்க அப்பாவைப்போல் ஹார்ட் அட்டாக்கில் நானும் சாகணும். அப்போதுதான் உனக்கு நிம்மதி இல்லையா' என்று அவன் கேட்டபோது, 'ஆம் இப்போ சாகிறவங்ககூட யாரும் உடன்கட்டை ஏறுவதில்லையே...' என்று அவள் சொன்னதும் அவளுக்கு இப்போ நினைவு வந்தது.

'உன் முகத்தைப் பார்க்கவே பிடிக்கல்லே, போ... போ... தொலைஞ்சு' என்று கத்தினான் அவன்.

சடக்கென்று அவளுக்கு வினோதமான ஒரு ஆசை - ஆவேசம் எழுந்தது. இந்த முகம், இப்போ இருக்கும் இந்த அலங்காரம் எதுவும் இல்லாத தோற்றத்தில் வேறு யாருக்காவது பிடிக்குமா?

அவள் கட்டிலிலிருந்து எழுந்து முன் அறைக்கு வந்தாள்.

வெயில் சுள்ளென்று அடித்துக் கொண்டுதான் இருக்கிறது. அவளுக்குக் கண் கூசியது. ரோடில் ஈ காக்காய் இல்லை. அது தன்னை யாரோ வேண்டுமென்றே அவமானப்படுத்தச் செய்யும் சதியாக அவளுக்குப் பட்டது! அப்படியா...! அடுத்தது இந்த வீட்டின் நடை வழிப் போகிறவன், அவன் யாராகத்தான் இருக்கட்டும். அவனிடமே பரீட்சை செய்து பார்த்து விடுவது என்ற ஒரு வைராக்கியத்துடன், அவள் வீதியையே துழாவிக் கொண்டு ஜன்னல் அருகில் நின்றுகொண்டிருந்தாள்.

அதோ... தூரத்தில் யாரோ வருகிறார்கள்.

இதோ... பக்கத்தில் வந்து விட்டான். அவன் உடையையும் நடையையும் பார்க்கும்போது அசிங்கமாகத்தான் இருக்கிறது. இதுவும் தனக்கு ஒரு சவால்தான், இதை ஏற்றுக்கொண்டே தீருவது என்ற ஒரு வெறியில், அவள் ஜன்னல் கதவுகள் முழுவதையும் பலமாய்த் தள்ளித் திறந்தாள்... ஜன்னல் கதவுகள் சுவரில்போய் மோதி படார் என்று ஒரு ஓசையை எழுப்பியது.

சத்தத்தைக் கேட்டு திடுக்கிட்டு அவன் நடந்துகொண்டே இங்கே திரும்பிப் பார்க்கிறான்.

அவள் தன் முகத்தை முழுவதையும் அவனுக்கு நன்றாகக் காட்டி பல் முழுதும் வெளித் தெரிய சிரிக்கிறாள்...

அவன் இப்போது நிற்கிறான்.

ஒரு கணம் தயங்கிவிட்டு அவனும் சிரித்துவிட்டுக் கண்ணைச் சிமிட்டுகிறான்.

இவள் வெளியில் வந்து அடைத்துக் கிடந்த கதவின் தாழ்பாளை விலக்கி, கதவை நன்றாய்த் திறந்து விடும்போது, தன் கணவனைப் பழி வாங்கிவிட்ட ஒரு ஆத்ம திருப்தி அவள் உள்ளத்தில் நிறைந்து நின்றது.

09.03.1973

கண்ணதாசன் 4/1973

10

தனக்குத்தானே மானசீகமாய்...

நானும் கணபதி சாரும் பாலூர் சர்க்கிள் முன் வந்து இறங்கும் போது, அங்கே பள்ளி இடுகாட்டில் ஏராளமான பேர் கூடி நின்றும்கூட சொல்லத் தெரியாத ஒரு ஏகாந்த சோகம் எனக்கு அனுபவமானது.

ஜார்ஜ் சாரைக் காணவில்லை.

சிலர் அடக்கமான குரலில் வார்த்தையாடிக் கொள்கிறார்கள். மனிதர்களோடு மனிதர்களாய், சிலுவைகள் மண்ணில் எழும்பி நிற்கின்றன. ஒதுக்குப்புறமாய் பச்சை மண்ணில் புதிதாய் வெட்டப்பட்டிருக்கும் ஒரு குழியும் தென்படுகிறது...

முடிந்துபோன உயிர்களைத் தன்னகத்தில் கொண்டிருந்த மண்ணின்மீது முளைவிட்டுக்கொண்டிருந்த பச்சைப் புல் நுனிகளைப் பார்வையிட்டவாறு, மூச்சடக்கி நிற்கும் சாவின் களையில் சொட்டச் சொட்ட நனைந்துபோய், மௌனமாய் ஒன்றும் பேச இயலாமல் ஒதுங்கி நின்றுகொண்டிருந்தேன் நான்.

காரை ஒதுக்கி நிறுத்திவிட்டு வந்த கணபதி சார் பக்கத்தில் நின்றவரிடம், 'இன்னும் வரவில்லையா?' என்று கேட்டார்.

'இல்லை...' என்று பதில் வந்தது.

அவரும் என் பக்கத்தில் வந்து ரோட்டோரத்தில் ஒதுங்கி நின்றார். தூரத்து வளைவில் பார்வையைச் செலுத்தி எதிர்பார்த்தவாறு நிற்பவர்களின்கூட நாங்களும் சேர்ந்துகொண்டோம்.

இலாகாவில் தலைமைப் பொறியாளராகச் செயலாற்றும் போதும், பிறகு ஏழு ஆண்டுகளுக்கு முன் வேலையிலிருந்து ஓய்வு பெற்ற பின், ஒரு தனியார் கம்பெனியின் பிரதம டெக்னிக்கல் ஆலோசகராகப் பதவியேற்ற பிறகும், சதா சுறுசுறுப்புடன் இயங்கிக் கொண்டிருக்கும் யூ.இ. ஜார்ஜ் சாரைச் சுற்றியே என் மனம் வட்டமிட்டுக் கொண்டிருந்தது. அவர் கீழ் நான் அதிக நாட்கள் வேலை பார்த்ததில்லை. ஆனால், வேலை பார்த்த சொற்ப சில காலத்திலும் அவருடைய சோர்வோ, சோம்பலோ இல்லாது எப்போதும் இயங்கிக்கொண்டிருக்கும் அந்தச் சுறுசுறுப்பு மிக்க திறமை, என்னை வெகுவாகக் கவர்ந்திருக்கிறது. உதவி என்ஜினியரான எனக்கே இப்படியென் றால், சர்வீஸில் என்னைவிடக் குறைந்தது பதினைந்து ஆண்டுக்கு ஸீனியரான என் சூப்பரண்டிங் என்ஜினியர் கணபதி சாருக்கு ஜார்ஜ் சார்மீது எவ்வளவு அபிமானம் இருக்கும்.

தூரத்து வளைவைத் தாண்டி ஒரு வேன் வருவது தெரிகிறது.

வேன் இங்கே வந்து நின்றதும், உள்ளே புடை சூழ்ந்திருந்த மாணவர்கள் கீழே இறங்குகிறார்கள். வேனைப் பின் தொடர்ந்து நாலைந்து கார்களும் வேகமாய் வந்து நின்றன.

அதுவரை அமைதியாக இருந்த சூழ்நிலை இப்போது சுறுசுறுப்பா கியது. வேனிலிருந்து ஸ்ட்ரெச்சரில் ஜார்ஜ் சாரின் மகனின் பூத உடம்பை வெளியே எடுத்து வருகிறார்கள்.

பதினைந்து வயது பாலகனின் களங்கமற்ற முகம்...

ஒரு பார்வையில் உயிரில்லாத சடலம் என்று சொல்ல முடியாது.

முகத்தில் சோக பாவம் சூழ, அவன் பள்ளிக்கூட சக மாணவர் களும் சர்ச்சு காம்பவுண்டுக்குள் செல்கிறார்கள்.

காரிலிருந்து இறங்கும் ஜார்ஜ் சாரைக் கண்டதும் நானும் கணபதி சாரும் ஒன்றும் பேசத் தோன்றாமல் சூனியத்தில் கண்ணை நட்டவாறு அப்படியே நின்றோம். ஆனால், அவர் எங்களைக் கவனித்து விட்டார். பக்கத்தில் ஓடி வந்தார்.

'என்ன கணபதி?'

அவர் விழிகள் செக்கச் சிவந்து காணப்பட்டன. இங்கே வருமுன் அவர் ரகசியமாக நன்றாக அழுதிருக்கவேண்டும்... ஆனால்...

மிகவும் சகஜ பாவத்துடன்தான் அவர் இப்போது வார்த்தையாடு கிறார்... துயரம் என்பதும் பிறத்தியார் அறியாமல் மிக மிக ரகசியமாக, தனக்குத்தானே, மானசீகமாய் பாராட்டப்பட வேண்டிய ஓர் அந்தரங்க உணர்ச்சிதானா!

எங்களுக்கு அவரிடம் ஒன்றுமே விசாரிக்கத் தோன்றவில்லை. அங்கே நின்ற ஏனையோர்களையும், தம் குடும்ப விசேஷத்திற்கு வந்திருப்பவர்கள் என்ற ஹோதாவில் வரவேற்று குசலப் பிரச்னம் செய்ய வேண்டியது தன் கடமை என்ற உணர்வில் அவர் சுறுசுறுப்பாக இயங்குவதாக எனக்குப் பட்டது.

எனக்கு இதுவரை நேரடியாகக் கிடைத்திருக்கும் துஷ்டி வீட்டு அனுபவங்களிலிருந்து நேர் விரோதமான இந்தக் காட்சி என்னை ஸ்தம்பிக்கச் செய்து விட்டிருந்தது.

இறுதிச் சடங்கு நடந்துகொண்டிருந்தது...

மலர் வளையங்கள்...

சிலுவைக் குறி...

சவப் பெட்டி...

பைபிள் வாசிப்பு...

பிரார்த்தனை...

'சாருக்கு அது பெரிய அதிர்ச்சிதான்...!'

எத்தனை நேரம்தான் மௌனத்தின் பயங்கரச் சுமை அழுந்த இப்படி நிற்பது என்று இப்படிச் சொன்னேன் நான்.

'அதிர்ச்சி என்பது அப்படியொன்றும் எனக்குப் புதிதல்லவே... இல்லையா கணபதி...?' என்று கேட்டுவிட்டு அவர் சிரித்தார்.

இப்போது பிராந்தி வாடை லேசாகத் தெரிகிறது. அதை மீறி அவர் கேள்வியின் அர்த்த வியாபகத்தில் என் மனம் அழுந்தியது.

பிரபலமான பழம் பெருமை வாய்ந்த, கிறிஸ்துவக் குடும்பத்தைச் சேர்ந்தவர் - எல்லோருமே படிப்பில் மகா கெட்டிக்காரர்கள். மூத்த சகோதரன் ஏ.ஜி. ஆபீஸில் ஆடிட்டர். இரண்டாவது அண்ணன் யூ.இ. தோமஸ் சார் எங்கள் இலாகாவிலேயே டெக்னிக்கல் மெம்பராக இருந்து ஓய்வு பெற்று, இப்போ ஒரு பிரைவேட் கம்பெனியில் தலைமைப் பொறியாளராக வேலை

பார்க்கிறார்... பிறகு இவர், ஜார்ஜ் சாரின் தம்பி பிலிப்பு இப்போது இருந்திருந்தால் இலாகாவில் சீஃப் என்ஜினியராகியிருப்பார்... அத்தனைக்கு இளமை... அபார அறிவாற்றல் உடையவர். நாலைந்து ஆண்டுகளுக்கு முன், சூப்பரண்டிங் என்ஜினியராக இருக்கையில், ஒருநாள் ஆபீஸிலிருந்து வந்து டென்னிஸ் விளையாடிக்கொண்டிருந்தார். திடீரென்று டென்னிஸ் மட்டையைக் கீழே போட்டுவிட்டு, 'நெஞ்சு வலி' என்றார். அவ்வளவுதான். அவர் கதை முடிந்துவிட்டது. அது ஜார்ஜ் சாருக்கு எவ்வளவு பெரிய அதிர்ச்சியாக இருந்திருக்குமோ...!

இப்போது ஒரு கார் வந்து நிற்கிறது. அதிலிருந்து வயதான ஒரு ஆங்கிலோ இந்திய மாதும், ஒரு பெரியவரும் இறங்கி வருகிறார்கள். ஜார்ஜ் சார் அவர்களை நோக்கிச் செல்கிறார்.

'அவுங்க யாருண்ணு தெரியுமில்லே?' என்று கேட்டார் கணபதி சார்.

தெரியாது என்று நான் தலையாட்டுகிறேன்.

'ஜார்ஜ் சாரின் மனைவியின் உறவுக்காரங்க...' என்று அவர் சொன்னபோது எனக்கு ஞாபகம் வருகிறது.

ஆமாம்... ஜார்ஜ் சாரின் திருமணமும் அதன்பின் நடந்தவைகளும் பெரிய அதிர்ச்சி அளிப்பவைகள்தான்... இவர் ஏதோ புராஜக்ட் பிரதேசத்தில் வேலை பார்த்துக் கொண்டிருக்கையில், அப்போது இவர் உதவி என்ஜினியர். வீட்டில் பெரிய பெரிய இடத்துச் சம்பந்தங்கள் இவருக்காக ஆலோசித்துக்கொண்டிருந்தார்கள். இவர் ஒரு ஆங்கிலோ இந்தியப் பெண்ணைக் காதலித்து, பதிவுத் திருமணம் செய்துகொண்டாராம்.

அந்தஸ்தும் பழம் பெருமையும் இருந்த யாராலும் இந்தக் கல்யாணத்தை அங்கீகரிக்க முடியவில்லை. குடும்பத்தில் இருந்து இவரை நீக்கி வைத்துவிட்டார்கள். இரண்டு குழந்தைகள் பிறந்தது வரையிலும் குடும்பத்துடன் ஒரு தொடர்பும் இருக்கவில்லை. பிறகு இவர் இரண்டாவது அண்ணன் தோமஸ் சார், கொஞ்சம் முன்னேற்ற மனப்பான்மையுடையவர், அவர் மூலம் தான் குடும்பத்துடன் உறவு சரிக்கட்டப்பட்டது.

இவ்வளவுக்கு மன உளைச்சலை உருவாக்கிய அந்தத் திருமண வாழ்வோ, சென்ற ஆண்டு புற்று நோய் காரணமாக அவர் மனைவியின் மரணத்தில் முடிவடைந்தது.

- இப்படி அதிர்ச்சிமேல் அதிர்ச்சியில் வாழ்ந்துகொண்டே வந்தவருக்கு இப்போது மகனின் துர்மரணத்தின் அதிர்ச்சி, அவரே கேட்டதுபோல் அப்படியென்ன புதிதா?

அவர் கேள்வியில் என் மனம் முக்குளித்து எழுந்து கொண்டிருந்தது. மீண்டும் எங்கள் பக்கத்தில் அவர் வந்தபோது, 'எப்படி சார், இது நடந்தது?' என்று கணபதி சார் கேட்டார்.

'ஒண்ணும் சொல்ல வேண்டாம் கணபதி! மூத்த பையன் மெடிக்கல் காலேஜ் ஹாஸ்டலில்தான் தங்கிப் படித்துக் கொண்டிருக்கிறான். இவன் இங்கே என்கூட தங்கித்தான் லயோலாவில் படித்துக் கொண்டிருந்தான். அவள் - எங்க மோளி - இறந்த பிறகு, இங்கே வீட்டில் வேறு யாரும் இல்லை. எனக்கோ எப்போதும் டூர்... படிப்பிலும் மற்ற ஆக்டிவிட்டிகளிலும் இவன் மூத்தவனைவிட மிகக் கெட்டிக்காரன். அதனால் தனிக் கவனம் கிடைக்குமே என்று பீர்மேடு பப்ளிக் ஸ்கூலில் இவனைச் சேர்த்திருந்தேன். அங்கே ஸ்கூல் பக்கத்தில் ஒரு குளம் இருக்குது. கரையில் தாழ்ந்த கிளையுள்ள ஒரு மரம்... பசங்களுக்கு டைவ் பண்ணிக் குளிக்க வசதியாக இருந்தது அது. மாலையில் அந்தப் பையன்கள் குளத்தில் டைவ் பண்ணி விளையாடுவது வழக்கம். இவன் நல்ல ஸ்விம்மர்... இங்கே லயோலாவில் படிக்கும்போதே நிறைய பதக்கங்கள் வாங்கியிருக்கான்... நேற்றைக்குச் சாயந்திரம் அந்த மரத்திலிருந்து டைவ் பண்ணியிருக்கான். தண்ணீரில் முழுகி விட்டு, தலை மேலே வந்தபோது 'ஹெல்ப்... ஹெல்ப்...' என்று இவன் சத்தம் போடுவதைக் கேட்டு, கரையில் நின்ற கூட்டாளிகள் 'இவன் பெரிய ஸ்விம்மர், சும்மா ஜோக் பண்ணுகிறான்' என்று நினைச்சு, சும்மா நின்றிருக்கிறாங்க. கடைசியில் தண்ணீருக்குள் முழுகி ரொம்ப நேரமாகியும் ஆளைக் காணாததால் எல்லோருமாக நீரில் குதிச்சு இவனைத் தேடிப்பிடித்து தூக்கி எடுத்து ஆஸ்பத்திரிக்குக் கொண்டு போயிருக்காங்க... போஸ்ட் மார்ட்டம் செஞ்ச டாக்டர் சுவாசப் பையில் ஒரு துளி நீர்க்கூட நுழையவில்லை என்று சொன்னார்.'

'பிறகு எப்படி சாவு நேர்ந்தது?'

'அதுதான் டாக்டரும் ஆச்சரியப்படுகிறார். பீர்மேடு குளிர்ப் பிரதேசமல்லவா? மேல் நீர்ப் பரப்பில் தண்ணீர் மிகுந்த குளிராக இருந்திருக்கும். கீழே ஒருவேளை டெம்பரேச்சரில் பெரிய வித்தியாசம் இருந்தால், அதனால் இதயம் நின்றுவிடக் கூடும். இல்லாவிட்டால் டைவ் பண்ணிய வேகத்தில் தலைபோய் கீழே

ஏதாவது பாறையில் மோதி, அந்த அதிர்ச்சியில் உறுப்புகள் யாவும் ஸ்தம்பித்து விடலாம்... உள்ளே தண்ணீர் புகாமல் நேர்ந்த இந்தச் சாவுக்கு டாக்டர் இப்படி ரெண்டு காரணங்களை ஊகிக் கிறார்... எது எப்படியோ, இப்போ இப்படி ஆயாச்சு...! ஹூம்... இப்படிப்பட்ட சாவு யாருக்கானாலும் சரி, நல்லது இல்லை... இல்லையா?'

இவரால் எப்படி இப்படி உணர்ச்சிகளை அடக்கி ஆண்டு விவர மாய்ப் பேச முடிகிறது என்று மலைத்துப்போய், அவருக்காகக் கசிந்துருகும் உணர்வுகளுடன் நான் நின்று கொண்டிருக்கிறேன்.

அவர் நிலைமையைக் கற்பனை பண்ணியபோது என்னாலேயே தாங்க முடியவில்லை. ஆனால், நேரடியாகத் தாக்கப்பட்டதனால் பாதிக்கப்பட்ட இவரால் எப்படி இவ்வளவு அமைதியாக இந்தப் புத்திர சோகத்தை எதிர்கொள்ள முடிகிறது.

'உங்களுக்கு எப்போ தெரிஞ்சுது?'

'நான் டூரில் இருந்தேன். எனக்குத் தகவல் கொடுத்திருக் கிறாங்க... வழியில் ஏதோ ஒரு ஸ்டேஷனில் ட்ரெயின் நின்ன போது, ஸ்டேஷன் மாஸ்டர் என்னைத் தேடிக் கண்டுபிடிச்சு, 'குளிக்கும்போது ஒரு சின்ன விபத்து, ஆஸ்பத்திரிக்குக் கொண்டு போயிருக்காங்க' என்று மட்டுமே சொன்னார். ஆனால், அப்போதே எனக்கு எல்லாம் புரிந்துவிட்டது...'

என்னால் தாங்க முடியவில்லை. என் நெஞ்சுக்குள்ளிருந்து தொண்டையை உடைத்துக்கொண்டு அழுகை வெளியில் வந்து விடும்போல பயமுறுத்தியது...

எல்லாம் முடிந்து, சற்றுக் கழித்து நாங்கள் திரும்பும்போது, எங்கள் பக்கத்தில் ஓடி வந்து எங்கள் கரங்களைப் பற்றி, 'சிரமம் எடுத்துக்கொண்டு இவ்வளவு தூரம் வந்ததுக்கு மிகவும் நன்றி' என்று கூறி எங்களுக்கு விடை தரும்போதும், என் உள்ள உணர்ச்சிகள் உடைப்பெடுத்து விடாமல் இருக்க அவர் விழி களை என் விழிகள் வேண்டுமென்றே தவிர்த்தன.

16.03.1973

சுதேசமித்திரன் 11/1973

11

ஒரே ஒரு உதவி

அறையில் அமைதி நிலவியதே ஆனாலும், எல்லோருடைய மனத்திலும் புயல் வீசிக்கொண்டிருந்தது. மணி நான்குதான் இருக்கும். ஸ்விட்ச் ஆன் செய்யப்பட்டிருந்த ஹீட்டரும், எல்லோருடைய கையிலும் புகைந்து கொண்டிருந்த சிகரெட்டும் ஒரு கதகதப்பு சுகத்தை அளித்துக் கொண்டிருக்கிறது. இருந்தும், அந்த ப்ராஜக்ட் பிரதேசத்தின் மலையுச்சி குளிர் அறைக்குள் சற்றும் இல்லை என்று சொல்ல முடியாது.

சாத்தப்பட்டிருக்கும் கண்ணாடி ஜன்னல் கதவை ஊடுருவி என் விழிகள் வெளியில் மேய்கின்றன.

நீண்டு நிமிர்ந்து தலை உயர்த்தி நிற்கும் மரங்களின் உச்சியில் நிலவாய் காயும் இளம் வெயில்...

தூரத்தில் மூடு பனியில் ஒரு பென்ஸில் ஸ்கெச்சாய் தெரியும் மின் நிலையம். அதன் பின்பக்கம் மிதக்கும் வெண்மேகங்களின் புகைப் புலனில் தெரியும் மலை உச்சியிலிருந்து பிரிந்து கீழிறங்கி வரும் பென்ஸ்டாக் குழாய்கள்.

கீழே பெரும் பாம்பாய் வளைந்து வளைந்து செல்லும் மலைப் பாதையின் ஓரங்களில் சிதறிக் கிடக்கும் ஸ்டாப் க்வார்ட்டேர்ஸ்... அவைகளை மீறித் தெரியும் பச்சைப் பசேலென்ற காடு...

அங்கே நிலவிய மௌனத்தை ரவிதான் முதலில் கலைத்தான்.

'ஆனாலும் பாவிப் பெண் இப்படி நடந்துட்டாளே... கல்யாண மாகி புதுக் குடித்தனம் செய்ய வரதன் அவளை இங்கே கூட்டிக் கிட்டு வந்து நாலு மாசம்கூட இருக்காதே...!'

‘அவளை மட்டும் எப்படிக் குற்றம் சொல்ல முடியும்? வரதன் இப்போ தன் பெண்டாட்டிகூட வசிக்கும் அந்த ஸி கிளாஸ் பேமிலி க்வார்ட்டேர்ஸின் பின் பக்கம் மணியும் ஹமீதும் இப்போதும் தங்கியிருக்கும் பேச்சுலர் க்வார்ட்டேர்ஸில் அவுங்க ரெண்டு பேர் கூடத்தானே, இந்த வரதனும் நாலு மாசம் முந்திவரை தங்கியிருந்தான். நேற்றுவரை கூடத் தங்கியிருந்த நண்பன் இன்று கல்யாணமாகி பெண்டாட்டியுடன் வந்தால், இப்படியா நட்புக்குத் துரோகம் செய்வது? நம்ம வீடுகளிலும் பெண்டாட்டி பிள்ளைங்க எல்லோரும் இருக்கிறாங்க - இந்த ஹமீது நாளைக்கு நம்ம வீட்டிலும் புகுந்து இப்படி விளையாட மாட்டான்னு என்ன நிச்சயம்?’

டேவிட் மிகவும் உணர்ச்சி வசப்பட்டுப் பேசினான். அவனைப் பின் தாங்கினான் நாராயணன்.

‘ஆமாம் சார்... நாம் பவர்ஹௌஸ், ரிஸர்வாயறுண்ணு டியூட்டி கான்ஷியஸோடு இருப்போமா, இல்லை நம்ம வீட்டுப் பெண்டு களோடு லவ் மேக்கிங்கில் ஈடுபட்டுக் கிடப்போமோ? கல்யாண மாகாத ஒரு கட்டை இப்படி துணிஞ்சு ரோமியோ ஆகி, ராப்பகலா ரொமான்டிக்கா வலை வீசினா எந்தக் கற்பரசிதான் விழ மாட்டாள்? எதுக்கும் இந்த ஹமீது இனி வீட்டுக்கு வந்தால், கேட்டின் முன்னே வச்சே பேச வேண்டியதைப் பேசி அனுப்பி விடவேண்டியதுதான்...’

‘அப்படித் தும்மினா தெறித்து விடும் மூக்குண்ணா என்னைக்கும் ஆபத்துதான்...’ என்றான் ரவி.

நான் இடைமறித்தேன். ‘அதெல்லாம் போகட்டும்... மணீ... இப்போ ஹமீதை நீ தனிமையில் விட்டுவிட்டா வந்திருக்கே?’

‘இல்லை சார்... எனக்குத் தெரியாதா? கையும் களவுமாய் பிடிபட்டு விட்டதால் இனி எதுக்கும் துணிஞ்சாலும் துணிஞ்சு விடுவான், அவன்கூட நம்ம பாஸ்கரனும் இருக்கிறான்.’

‘வரதன் க்வார்ட்டேர்ஸில்...?’

‘அவன் மனைவி சியாமளாகூட நம்ம டேவிட் சாரின் வொய்பும் இருக்காங்க சார்...’

‘அப்போ சரி பயமில்லை. ஆமா வரதனை இன்னும் காணல்லையே... நான் பவர் ஹௌஸுக்குப் போன் பண்ணி அரை மணி நேரம் இருக்காதா...?’

‘இருக்காது சார்... கூடிப் போனா பத்து நிமிஷம் இருக்கும்...’

நான் மீண்டும் பவர் ஹௌஸுக்கு டெலிபோன் பண்ணி விசாரித்தேன்.

‘வரதன் சார் இங்கிருந்து இறங்கி விட்டார் சார்...’ என்று ஆப்பரேட்டரிடமிருந்து பதில் வந்தது.

அப்படியென்றால் அவன் இங்கே வந்து சேர இன்னும் பத்து நிமிஷமாகி விடும்... நான் அடுத்த சிகரெட்டைப் பற்ற வைத்து விட்டு, ‘ஆமா... மணீ... ஹமீதை நீ குறுக்கு விசாரணை ஒண்ணும் செய்யலையா... ஏன் இப்படியெல்லாம் நடந்துக்கிட்டானாம்?’ என்று கேட்டேன்.

‘நான் விடுவேனா சார்... ஆனால், அவன் மிகவும் அழுத்தமானவன்... ஒண்ணும் விட்டுச் செல்லவில்லை. அவன் வாயைக் கிண்டிக் கிண்டி ஒருவாறு காரியத்தைப் புரிஞ்சுகிட்டேன். ஆனா இது வரதன் அறிய வேண்டாம் சார்...’

நான் உட்பட எல்லோரும் இப்போது மணியின் வாயையே பார்த்துக்கொண்டிருக்கிறோம். அவன் மிகவும் நிதானமாக சிகரெட்டை எடுத்துப் பற்ற வைத்து தீர்க்கமாய் இழுத்தவாறு ஏதோ சிந்தனையில் முழுகியவனாய், சீரியஸாக முகத்தை வைத்துக்கொண்டு எங்களையெல்லாம் சஸ்பென்ஸில் ஆழ்த்தி சிறிது நேரம் மௌனமாய் உட்கார்ந்திருந்தான். கடைசியில் வாய் திறந்தான்.

‘புதுசாய் குடித்தனம் செய்ய வந்தவங்க இல்லையா... கூட மாட உதவிக்காக ஊரிலிருந்து தன்னுடைய ஒரு சித்தியையும் கூட்டிக் கிட்டு வந்திருந்தான் வரதன். நடுத்தர பிராயம் வரும் அந்த அம்மா ஒரு விதவை. எப்படியோ அவங்களுக்கும் இந்த ஹமீதுக்கும் இடையில் ஒரு நெருக்கம் ஏற்பட்டது. ஒருநாள் மத்தியானம் ரெண்டாவது ஷிப்டு டியூட்டிக்கு வரதன் பவர் ஹௌஸுக்குப் போயிருந்த சமயம்... தூங்கிக் கிடந்த அவன் மனைவி யதேச்சையாகக் கொல்லைப் பக்கம் வந்தபோது... கலவிக் காட்சி! அவள் வந்ததையும் கண்டு நிற்பதையும் சித்தி அறியவில்லை. ஹமீது கண்டான். ஆனால், காணாததைப்போல் கர்மமே கண்ணாயிருந்தான்... பிறகு, வரதன் மனைவி கண்டதை ஹமீது சொல்லி அறிந்தபோது, அந்த அம்மா மிகவும் கலவரம் அடைந்தாள். விஷயம் வரதன் செவியில் போய்ச்சேர்ந்து

விடுமோ என்று அவுங்க பயந்து பரிதவித்தாங்களாம். எனவே தான், அந்த ரகசியம், ரகசியமாய் வரதன் மனைவியிடமே பத்திரமாயிருக்கும் பொருட்டு, அன்று ராத்திரி பத்து மணிக்கு டியூட்டி முடிந்து வரதன் வீடு திரும்பும் முந்தியே, சித்தியும் வசதி செய்துகொடுக்க, ஹமீது வரதன் மனைவியை அவள் படுக்கை அறையில் சந்தித்தானாம்... நயத்தாலோ, பயத்தாலோ, இல்லை மத்தியானம் இவன் சாமர்த்தியத்தை நேரில் கண்ட மயக்கத் திலோ, என்ன இழவோ, இந்த விஷயத்தில் ஹமீதுகிட்டே ஒரு பிரத்தியேக சக்தியிருக்குதுண்ணு ஒப்புக் கொள்ளாமல் இருக்க முடியாது. பாவி அவளைத் தன் வசப்படுத்தி விட்டான். அடுத்த நாள் சித்திக்காரி நல்லவளாகவே வரதனிடம் விடை பெற்றுக் கொண்டு ஊர் போய்ச் சேர்ந்தாள். ஆனால் அதன்பின்... வரதன் வீட்டை விட்டு பவர் ஹௌஸுக்கு செல்ல வேண்டியதுதான் தாமதம், ட்ராக்குலா முத்தம் தந்த பெண்ணைப்போல் வரதனின் மனைவி ஹமீதை மோப்பம் பிடிச்சவாறு காத்திருப்பாளாம். நீ இல்லாமே என்னால் உயிர் வாழ முடியாது என்று இவன் ஆண்மையில் அவள் அடைக்கலமாகிக் கிடந்தாளாம்.

வெளியில் ஜீப் வந்து நிற்கும் ஓசை... ‘வரதன் வந்து விட்டான் போலிருக்கு... நாம் ரொம்ப முன்னெச்சரிக்கையாக நடந்துக் கணும். அவன் திடீர் உணர்ச்சிக்கு ஆளாகி வெறித்தனமா ஏதாவது செய்துவிடாமல் இருக்க நாம் பார்த்துக்கணும்’ என்றேன் நான் குரலைத் தாழ்த்தி.

சகஜமான சூழ்நிலை உருவாக்கப் பிரயத்தனப்பட்டவாறு எல்லோரும் உட்கார்ந்திருக்க, அறைக் கதவைத் திறந்துகொண்டு வரதன் பிரவேசித்தான்.

ஹமீதை விட பெர்ஸனாலிட்டியினாலும் சரி, ஆரோக்கியம், பதவி, இப்படி வேறு எதில் ஆனாலும் சரி இவன்தான் மேலான வன். பிறகு ஏன் இப்படி நேர்ந்துவிட்டது என்று என் மனம் கேள்விக் குறி எழுப்பிக்கொண்டிருக்க, அவனை நான், ‘வா... வரதா... வந்து உட்காரு’ என்று சுமூகமாய் வரவேற்றேன்.

‘என்ன எல்லோரும் கூடியிருக்கிறீங்க. இண்ணைக்கு என்ஜினி யர்ஸ் அஸோஸியேஷனில் லோக்கல் யூனிட்டின் அவசர மீட்டிங் ஏதாவது உண்டா?’ என்று கேட்டவாறு அவன் என் முன் கிடந்த நாற்காலியில் உட்கார்ந்தான். வழக்கம்போல் மிகவும் உற்சாக மாய் காணப்பட்டான் அவன்.

இவனை அனாவசியமாக மன அவஸ்தைக்கு ஆளாக்காமல் இருக்க, பீடிகை எதுவுமின்றிக் கூறி விடுவதுதான் சரி என்று எனக்குப் பட்டது.

'வரதா நம்ம ப்ராஜெக்டில் இன்று மத்தியானம் நடந்த ஒரு சம்பவத்தை அதை நேரில் கண்ட மணியே உங்கிட்டெ இப்பொ சொல்லுவான்...' என்று விட்டு மணியைப் பார்த்தேன்.

எப்படிப் பேச்சை ஆரம்பிப்பது என்ற ஒரு தர்ம சங்கடத்தில் மணி உழன்று கொண்டிருப்பதை என்னால் உணர முடிகிறது. சற்று நேர மௌனத்திற்குப் பிறகு மணி மெல்ல ஆரம்பித்தான்.

'இப்போ கொஞ்ச நாட்களாக ஹமீதிடம் ஒரு மாற்றம்... முன்னால்போல் அரட்டையடிக்க அவன் வருவதில்லை. கிளப்புக்கும் விளையாடவும் வருவதில்லை. கூடிய மட்டும் பவர் ஹௌஸில் என் ஷிப்டில் அவனும் வேலை பார்ப்பதில்லை. எப்போதும் என்னவோ தீவிர சிந்தனையில் முழுகியிருப்பான். நான் ஏதாவது வலிய பேச்சுக் கொடுத்தாலும் ஏதாவது சொல்லிச் சமாளித்துவிட்டு விலகிக்கொள்வான்.'

'ஏதாவது காதல் கீதல் விவகாரமோ?' என்று கேட்டுவிட்டு எல்லோரையும் திரும்பிப் பார்த்துச் சிரித்தான் வரதன்.

'ஏறக்குறைய அப்படித்தான்...' என்ற மணியால் சிரிக்க முடியாததை நான் கவனித்தேன்.

'அப்படியென்றால் கேட்க சுவாரஸ்யமான சங்கதிதான்... சொல்லு சீக்கிரமாச் சொல்லு...' என்றான் மிகுந்த ஆவலுடன் வரதன்.

'ஹமீதுக்கு என்ன நேர்ந்துவிட்டது என்று எனக்கு ஒரே ஆச்சரியமாக இருந்தது. எப்படியும், காரணத்தைக் கண்டுபிடித்து விடுவது என்று நான் உஷாரானேன்... சென்ற சில நாட்களாக அவன் அறியாமல் அவனை நான் 'வாச்' செய்து வந்தேன். ரெண்டு மூணு நாள் முந்தி ஒருநாள்... அன்று எனக்கு ராத்திரி ஷிப்டு, மத்தியானம் ரெண்டு மணி இருக்கும். நான் புஸ்தகம் எதையோ வாசித்துக்கொண்டு கட்டிலில் கிடக்கிறேன். இவன் காலை முதல் ஷிப்டு கழித்து வருகிறான். வந்ததும் உடைகளைக்கூட மாற்றாமல், வழக்கம்போல், பாத்ரூமில் நுழைந்து கதவைத் தாழிடுகிறான். என் செவிகள் கூர்மையாகின்றன. குழாயிலிருந்து முழு வேகத்துடன் பிளாஸ்டிக் பக்கெட்டில் தண்ணீர் விழும்

சத்தம் ஹோவென்று முழங்கிக் கேட்குது. சற்று நேரத்தில் அவன் வெளியே வருகிறான். 'என்ன மணீ... என்ன படிக்கிறே?' என்று கேட்டவாறு என் கையிலிருந்து புஸ்தகத்தை வாங்கிப் பார்த்து விட்டு 'உம் இது உனக்குத்தான் லாயக்கு' என்று புஸ்தகத்தைக் கட்டிலில் எறிந்து விட்டு, 'நான் இப்போ வாறேன்' என்றவாறு வெளியே இறங்கிச் செல்கிறான். அவன் சென்றதும் நான் பாத்ரூமுக்குள் சென்று பரிசோதனை செய்கிறேன். உனக்குத்தான் தெரியுமே, அந்த பாத்ரூமில் வீட்டின் பின்னால் வெளியே போக ஒரு வாசல் இருப்பது. மரத்தால் ஆன மிகவும் பழைய கதவு; அந்தக் கதவின் தாழ்ப்பாளைத் தொட்டாலே அது 'கறு பிறு' என்று எட்டு வீடு கேட்கக் கத்தும். அந்தத் தாழ்ப்பாள் விலக்கி வைக்கப்பட்டிருந்தது.

'ஓஹோ... அப்படியென்றால் இது கொல்லையில் பூத்த காதல் மலரா' என்று உற்சாகமாய்க் கேட்டான் வரதன்.

'ஆமா, நேற்றிரவு நானும் அவனும் பக்கத்தில் பக்கத்தில் கிடக்கும் கட்டில்களில் கிடந்தவாறு பேசிக்கொண்டேயிருந் தோம்... அப்படியே தூங்கி விட்டேன். நடு இரவில் நான் எழுந்து பார்த்தபோது, கட்டிலில் அவன் உருவம் இருளில் மங்கலாய்த் தெரிந்தது. இருந்தும் சந்தேகம் உறுத்தியதால் எழுந்து விளக்கைப் போட்டுப் பார்த்தபோது, தலையணையைப் போர்த்திக் கிடத்தியிருப்பது புலனாகியது. முன் வாசல் கதவு அடைத்துக் கிடந்தது. பாத்ரூம் சென்று பார்த்தபோது, கதவைச் சும்மா சாத்தப்பட்டிருப்பது தெரிகிறது. அந்த வாசல் வழி வெளியில் இறங்கி, அங்கெல்லாம் டார்ச் அடித்துப் பார்த்த போது ஹமீதின் சந்தடியே இல்லை. எறும்பு ஊர்வதுபோல் என் மனசுக்குள் ஒரு சந்தேகம்... இருந்தும், நான் வந்து என் படுக்கை யில் படுத்தேன். காலையில் எழுந்தபோது, ஹமீத் அவன் கட்டிலில் குறட்டை விட்டவாறு தூங்கிக் கொண்டிருப்பதைக் கண்டேன்.'

'நீ ஒண்ணும் கேட்கலையா?'

'இல்லை... நான் இதையெல்லாம் அறிந்ததாய் அப்போ பாவிக் கலை.'

'அப்புறம்?'

'இன்று மத்தியானம்' மணி நிறுத்திவிட்டு என்னைப் பார்த்தான்.

‘என்னடா... க்ளைமாக்ஸில் வந்து மௌனமாயிட்டே... மேலே சொல்லு...’ என்று வரதன் அவசரப்படுத்தினான்.

‘இன்று மத்தியானம் நான் ஷிப்டு கழிந்து வரும்போது ஹமீது கட்டிலில் படுத்துக்கொண்டிருந்தான். நானும் படுத்தேன்... சற்று நேரத்தில் கண்ணயர்ந்து விட்டேன். கண் விழித்துப் பார்த்தபோது இவனைப் படுக்கையில் காணவில்லை. முன் கதவு தாழிடப்பட்டவாறு இருக்குது. பின் வாசல் வழி வெளியில் வந்தேன். அங்கே நின்று பார்த்தபோது நேற்றிரவு மனசில் தோன்றிய சந்தேகம் ஊர்ஜிதமானது. இந்த வாசல் வழியாக இவ்வளவு சீக்கிரத்தில் இவனுக்கு வேறெங்கும் போய் வந்த விட முடியாது. எதிரில் க்வார்ட்டேர்ஸின் அந்த அடைத்துக் கிடக்கும் கதவின் முன் போய் நின்று சத்தம் போட்டேன். சற்று நேரத்தில் ஒரே நிசப்தம். நான் மீண்டும் கத்தினேன்... அடைந் திருந்த கதவு திறந்தது. கசங்கிய உடைகளைச் சரி செய்தவாறு ஹமீது வியர்த்து விறுவிறுத்துப்போய் இறக்கி வந்தான்.’

‘என்ன... என் க்வார்ட்டேர்ஸிலிருந்தா?’ வரதனின் குரல் கிணற்றுக்குள்ளிருந்து வருவது போலிருந்தது.

‘ஆமா.’

இப்போது அறைக்குள் இருள் வியாபித்து விட்டிருந்தது. வரதனின் முகத்தைக் காண முடியவில்லை. நாராயணன் எழுந்து லைட்டைப் போட ஸ்விட்ச் பக்கம் போனபோது, ‘ப்ளீஸ்... லைட்டைப் போட வேண்டாம்’ என்று வரதன் தடுத்தான். நாராயணன் திரும்ப வந்து உட்கார்ந்தான்.

வரதன் சிகரெட்டை தீர்க்கமாய் இழுத்தவாறு முணுமுணுத்த வாறு ஜன்னல் பக்கத்தில் போய் நின்றான்.

அவன் மனதில் நடக்கும் போராட்டத்தை என்னால் யூகிக்க முடி கிறது. அவனை அவன் சிந்தனையின் போக்கில் விடுவதுதான் உசிதம் என்று எனக்குத் தெரிகிறதே. ஆனாலும், அவனுக்கு இப்போது சற்று ஆறுதல் அளிக்க ஏதாவது பேச வேண்டும் போலிருந்தது எனக்கு.

‘வரதா! இப்போ உனக்கு எந்த உதவி வேண்டுமானாலும் செய்ய நாங்க எல்லோரும் காத்திருக்கிறோம். நம்ம ப்ராஜக்டில் நம்ம கூட உள்ள ஒருவன் இப்படி துரோக மனப்பான்மையுடன்

நடந்திருப்பதில் நாம் எல்லோருமே தலை குனியத்தான் வேண்டும். போகட்டும், எதுக்கும் நீ உணர்ச்சி வசப்பட்டு ஏதாவது செய்து விடக்கூடாது...'

அவன் அமைதியின்றி அறையில் குறுக்கும் நெடுக்குமாக உலவத் தொடங்கினான். இவனை இன்னும் என்ன சொல்லி சமா தானப்படுத்துவது என்று நான் ஆலோசித்துக் கொண்டிருந்தேன்.

'வரதா... உன் தாம்பத்திய வாழ்க்கையின் மேல் தொடுக்கப் பட்டிருக்கும் இந்தச் சவாலை, நீ மிகுந்த மனோதிடத்துடன் எதிர்கொள்ள வேண்டும். இந்தப் பிரச்னையை மனசாலும்கூட நீ வெறித்தனமாய் அணுகக் கூடாது. நம்ம எஸ்.இ. சொல்லித்தான் உன்னை இங்கே இப்போ கூப்பிட்டுக் கேட்கிறேன். உடனடியாக அவளை ஊருக்குக் கூட்டிக்கொண்டுபோய் விட்டுவிட்டு வருகிறாயா? இல்லை. அவள் வீட்டுக்காரங்களை இங்கே வரவழைக்கணுமா? நம்ம எஸ்.இ.யின் கார் வெளியே கிடக்குது. டிரைவரும் ரெடியாக நிக்கிறான்.'

வரதன் நின்றான். மணியிடம் கேட்டான். 'மணி, அப்போ இந்த விஷயம் எல்லோருக்கும் தெரியுமா?'

'நான் சத்தம் போட்டதையும், கையும் களவுமாக ஹமீதை உன் வீட்டிலிருந்து இறக்கிக்கொண்டு வந்ததையும் மொட்டை மாடியில் நின்றவாறு நம்ம எஸ்.யின் சம்சாரமும், நம்ம நாராயணன் சாரின் க்வார்ட்டேர்ஸ் கொல்லைப் புறத்தில் துணி துவைத்துக்கொண்டிருந்த அவுங்க வீட்டு வேலைக்காரியும் பார்த்ததை நான் கவனித்தேன்...'

நான் மீண்டும் சொன்னேன்.

'எதுக்கும் வரதா, நீ மனசைத் தளர விட்டு விடாதே... தைரியமாய் நில்...'

என்னை இடைமறித்துக்கொண்டு அவன் பேசினான். 'மணி... நீ சொல்வதைப் பார்த்தா இப்போ இந்த ப்ராஜக்ட் ஏரியா முழுதும் நியூஸ் பரவியிருக்கும் போலிருக்கே... சங்கதி ஆபத்தாச்சே...'

'என்ன...?'

'ஆமா... சியாமளாவுக்கு அப்பா அம்மா யாரும் இப்போ உயிருடன் இல்லை. இருப்பதெல்லாம் ஒரே அண்ணாதான்.

அவனுக்குத் தங்கச்சிண்ணா உயிர். அவன்தான் இவளை எனக்குக் கல்யாணம் பண்ணித் தந்தான். அவன் ஆள் மிலிட்டரி ரிட்டேர்ண்டு. எப்போதும் ரிவால்வரும் கையுமாக வேட்டையாடிக்கொண்டு நடப்பான்... மகா முன்கோபி. அதோடு முரடன்... இந்த விஷயம் நான் அறிந்தது போகட்டும்... அவன் அறிந்து விடக் கூடாதேண்ணுதான் நான் இப்போ பயப்படுகிறேன்... அவன் காதில் விழுந்து விட்டால் பிறகு ஒரேயடியாக அவளையும், ஹமீதையும் சுட்டுத்தள்ளி விடுவான்...'

'அதுக்காக?'

'சார்... நீங்க எஸ்.இ.யிடம் எனக்காகச் சொல்லி ஒரே ஒரு உதவி மட்டும் செய்துதந்தால் போதும்...'

'என்ன வேணும் வரதா... சொல்லு!'

'உடனடியாகவே ஹமீதை இங்கிருந்து டிரான்ஸ்பர் செய்து தூரத்தில் எங்காவது நியமிக்கச் சொல்ல வேண்டும். மற்றபடி, நீங்க எல்லோரும் இந்த விஷயத்தை இதோடு விட்டு விட வேண்டும். இனியும் அலட்டிக்கொண்டு மேலும் பிரசாரம் செய்துகொண்டிருக்காமல் இருந்தால் போதும். அவ்வளவுதான்.

20.05.1973

ஞானரதம் *11/1973*

12

கசு அண்டி

லேபர் ஆபீஸ் இன்னும் திறக்கப்படவில்லை. ஆனால், அதற்குள் சிறு சிறு கும்பலாக தொழிலாளர்கள் வந்து கொண்டிருந் தார்கள்.

குழந்தை குட்டிகளுடன் வரும் பெண்கள்...

நடக்க முடியாத வயோதிகர்கள்...

கசு அண்டி (முந்திரிப் பருப்பு) கறையால் கறுத்துப் போயிருந்த கரங்கள் - அந்தக் கரங்களைப் பற்றி வாழும் குடும்ப அங்கத்தினர் கள்...

ஆபீஸ் முற்றத்திலும், ரோட்டிலும் ஆங்காங்கே பல நாள் பட்டினியால் துவண்டு போயிருந்த அந்த எலும்புக் கூடுகளை வெறித்துப் பார்த்தவாறு ஆபீஸ் வராந்தாவில் குந்தியிருந்த திவாகரனின் நெஞ்சம் மௌனமாய்க் குமுறிக் கொந்தளித்துக் கொண்டிருந்தது.

கையிலிருந்த பீடியை, அது நூலாபீஸ் கழிந்தும்கூட, எறிய மனமில்லாமல் அவன் தீர்க்கமாய் இழுத்துக்கொண்டிருந்தான்.

'இண்ணைக்கு எப்படியும் தர வேண்டியதை எல்லாம் கணக்கு தீத்து தந்திடுவாங்க... இல்லையா சார்...'

திவாகரன் தலை தூக்கிப் பார்த்தான்.

ஒரு தொழிலாளி... ராகவன்.

கசு அண்டிக் கறையில் வாட்டியெடுத்ததைப்போல், பசித் தீயில் வெந்துருகிப் போயிருந்த அவன் குழிந்த விழிகளுக்குள் அங்கே கூடியிருந்த எல்லோருடைய விழிகளுக்குள்ளிலும் தெறிப்ப தைப் போன்ற ஒரு எதிர்பார்ப்பின் ஒளிப்பொறி.

திவாகரன் பதில் எதுவும் சொல்லவில்லை. பீடித் துண்டைத் தூர எறிந்து விட்டு, மேல் உதட்டில் குறுகுறுத்த பெரிய மீசையைக் கையால் ஒதுக்கி முறுக்கிவிட்ட திவாகரன் ராகவனையே பார்த்துக் கொண்டிருந்தான்.

கடந்த ஒன்பது மாதங்களாய் பலவித ஏமாற்றங்களுக்கும் இன்னல்களுக்கும் ஆளாகி, இப்போது அதன் கடைசி முனையில், பசித்த வயிறுகளுடன், எரியும் மனங்களுடன் வந்து நிற்கும் இவர்களிடம், ‘கடைசி நேரத்தில் ஏதாவது தகிடுதத்தம் நடந்து விடக்கூடாது என்பதில்லை’ என்று தன் மனதில் தோன்றுவதை இப்போது வெளியிட்டால், அது இவர்களுக்கு எவ்வளவு கொடூர மான ஏமாற்றமாக இருக்கும்.

‘இன்னும் ஆபீஸ் திறக்கல்லையே சார்... மணி என்னாச்சு?’ என்று மறுபடியும் ராகவன் கேட்டபோது, கைக் கடிகாரத்தைப் பார்த்து விட்டு, ‘ஒம்பது ஆச்சு, இன்னும் ஒரு மணி நேரத்தில் தெரியுமே...’ என்றான் திவாகரன்.

தங்கள் எல்லோருக்கும் முந்தியே தங்கள் யூனியன் தலைவர் அங்கே வந்து குந்தியிருப்பதைக்கண்டு இன்னும் ஒரு சிலர் திவாகரன் பக்கத்தில் வந்து கூடினார்கள். சிலர் அவன் முன்னால் வந்து உட்கார்ந்தார்கள்.

‘இந்த ஒம்பது மாசமா நீங்க எல்லோரும் கட்டிக் காத்துவந்த பொறுமையை இண்ணைக்குக் கை விட்டு விடக்கூடாது’ என்று அவன் தனக்கே உரித்தான கரகரப்பான தொண்டையில் கூறும் போது, அங்கே கூடி நிற்கும் அந்த ஆயிரத்தி இருநூற்றுக்கும் அதிகமான தொழிலாளர்களும், அவர்கள் குடும்பமும், மேலும் மேலும் மேனேஜ்மெண்டிடமிருந்து எத்தனையோ விதமான எதிர் பாராத ஏமாற்றங்களை அனுபவிக்க நேர்ந்தும்கூட, தன் மீது எவ்வளவு முழு நம்பிக்கை கொண்டிருக்கிறார்கள் என்பதை நினைக்கையில், அவன் உணர்ச்சி வசப்பட்டான். தன் இதயக் கூட்டினுள்ளே மனிதாபிமானக் கிளி படபடவென்று இறக்கை களை அடித்துக்கொள்வது அவன் செவிகளுக்கு நன்றாய்க் கேட்டது.

இப்போது அந்த ஆபீஸ் காம்பவுண்டு முழுதும் தொழிலாளர்கள் நிரம்பி வழிந்தார்கள். ரோட்டில் எதிரே தெரிந்த அடைத்துக்கிடந்த கடை நடைகளில் எல்லாம் அவர்கள் நிரம்பியிருந்தார்கள். ரோட்டில் நடந்தும், வாகனங்களிலும் சென்றுகொண்டிருந்தவர்கள் நின்று இங்கே நிரம்பி வழியும் ஜனக் கூட்டத்தை வேடிக்கை பார்த்து விட்டுச் செல்வதையும் திவாகரன் கவனித்தான்.

இந்தத் தொழிலாளர்களின் இடையில் பணியாற்றிக் கொண்டிருந்த தனக்கு எம்.எல்.ஏ. பதவிகூட, அப்போ ஒரு பாரமாகவே தோன்றியது. அதைத் தான் உதறிய செய்தி பத்திரிகைகளில் வெளிவந்தபோது, எல்லோரும் தன்னைக் கேலி செய்தார்கள். ஒருவேளை தன் மூளைக்குத்தான் ஏதாவது கோளாறோ என்றுகூட தனக்கு மிக வேண்டியவர்கள் ஆத்மார்த்தமாகச் சந்தேகப்பட்டார்கள். ஆனால், தன்னைப் பொறுத்தவரையில் சட்டசபையிலோ, இல்லை வேறு ஆட்சிக் கூடங்களிலோபோய் இருக்கும் பொழுதைக்கூட இந்தத் தொழிலாளர்களோடு செலவழிக்க வேண்டுமென்பதில்தான் ஒரு நம்பிக்கை இருந்தது.

மணி ஒன்பதரை ஆகிக்கொண்டிருந்தது. ஆபீஸ் இன்னும் திறக்கவில்லை. திறக்கும்போது, என்ன செய்தி இந்தப் பட்டினிக் கோலங்களுக்காகக் காத்திருக்கிறதோ என்று அவன் மனம் அச்சமடைந்தது.

இந்த எஸ்.பி.பி.எம். பாக்டரி இதற்கு முன்பும் எல்லா வருஷமும் இப்படித்தானே பத்துப் பனிரண்டு மாதங்கள் வரை அடைத்துப் போட்டு, தொழிலாளர்களுக்கு வேலை கொடுக்காமல், ஊதியம் கொடுக்காமல் கஷ்டப்படுத்தியிருக்கிறது. ஏனைய முந்திரிப் பருப்பு பாக்டரிகள் ஓணத்தின்போது அளிக்கும் நியாயமான உரிமைகளை இந்தத் தொழிலாளர்களும் கேட்டபோதுதான் குழப்பமும் ஆரம்பமானது. அந்த ஒரே காரணத்திற்காக ஒன்பது மாதங்களுக்கு முன்பு ஒரு ஆகஸ்ட் மாதத்தில் இந்த பாக்டரியை அடைத்துப் போட்டார்கள். பிறகு இன்றுவரை இந்தப் பாக்டரி திறக்கப்பட்டு இயங்கவில்லை. இந்தத் தொழிலாளர்கள் வேலை வாய்ப்பை இழக்காமல் இருக்க ஸி.ஸி.ஐ. அளித்து வந்திருந்த தோடுள்ள அண்டியை மட்டும் பெற்று, அதைக் கள்ளக் களவில் கொல்லத்துக்குக் கொண்டுசென்று குடில் வறுப்பு நடத்துவதையும், கறுப்பு மார்க்கட்டில் விற்பனை நடத்துவதையும், தான் அறிந்தபோது எவ்வளவு உணர்ச்சி வசப்பட்டோம்! யூனியன் லெவலில் முழு மூச்சாய் இவன் இதை அதிகாரிகளின்

கண்களுக்குக் கொண்டுவந்தபோது கோட்டா ரத்து செய்யப்பட்டது. இரண்டு மாதங்களுக்குப் பிறகு கதவடைப்பு செய்யப்பட்டிருந்த பாக்டரிக்குள்ளிருந்து உடைத்த கசு அண்டிப் பருப்பைக் கள்ள வழியில் கடத்திக்கொண்டு போக முயற்சிப்பதை அறிந்த போது, அவன் வெகுண்டெழுந்தான். தொழிலாளர்கள் சமர் தொடங்கினார்கள். வேலை நிறுத்தம் நடந்துகொண்டிருக்கையில் அண்டிப் பருப்பைக் கடத்த எடுத்துக்கொண்ட முயற்சிகள் தோல்வி அடைந்ததால், ஹை கோர்ட்டில் மானேஜ்மென்ட் ரிட் பெட்டிஷன் தாக்கல் செய்தது. தொழிலாளர்களுக்குத் தர வேண்டிய கூலி பாக்கியின் ஒரு பாகமாய் ஒரு லட்சம் ரூபாய் தொழிலாளர்களுக்கு விநியோகம் செய்ய மாவட்ட லேபர் ஆபீசரிடம் ஒப்படைக்க வேண்டுமென்று தீர்ப்பு வந்தது. அந்தப் பணத்தை விநியோகம் செய்யாதிருக்க முதலாளி யாரிடமெல்லாமோ சிபாரிசுக்குப்போய், பாக்டரி க்ளோஷரில் உள்ளது என்று தீர்ப்புக் கூற ஹை கோர்ட்டுக்கு உரிமையில்லை என்றும், அதுக்கு இண்டஸ்டிரியல் ட்ரைபூனலுக்கு மட்டுமே முடியுமென்று காட்டி, ஹை கோர்ட்டில் மீண்டும் பெட்டிஷன் தாக்கல் செய்தார். இரு பக்க வாதங்களையும் செவிமடுத்த கோர்ட்டார் தொழிலாளர்களுக்குச் சேர வேண்டிய பணத்தை லேபர் ஆபீசர் வழி உடனடியாக விநியோகம் செய்ய வேண்டுமென்றும், மீதியை இண்டஸ்டிரியல் ட்ரைபூனலின் முடிவுக்கு விட வேண்டமென்றும் தீர்ப்பு வழங்கினார். அப்படி லேபர் ஆபீசர் பணம் விநியோகம் செய்யப் போவதாய் அறிவித்த தேதிதான் இன்று.

இன்று எப்படி முடியுமோ...?

எத்தனையோ கணக்குக் கூட்டல்களுடன், கழித்தல்களுடன் நிற்கும் தொழிலாளர்களைப் பார்த்துக்கொண்டே இருக்கும் திவாகரனின் மனம் இப்போது தாறுமாறாய் இயங்கிக் கொண்டிருந்தது. வெளிநாடுகளுக்கு ஏற்றுமதி செய்து கோடிக் கணக்கில் அந்நிய நாட்டு செலாவணியைச் சம்பாதித்துத் தரும் தொழிலாளர்கள். இவர்களுக்கு இந்தக் கதியா?

ஆபீஸ் திறக்கப்படுவதைக் கண்டபோது, தொழிலாளர்களின் இடையில் ஒரு சலசலப்பு ஏற்பட்டது. எல்லோரிடமும் 'அமைதியாக இருங்கள்' என்று கூறிவிட்டு திவாகரன் எழுந்தான். இப்போது ரோட்டில் வந்துநின்ற காரிலிருந்து இறங்கிய லேபர் ஆபீசர், தொழிலாளர்களின் இடை வழி, ஆபீஸ் வராந்தாவில் ஏறினார்.

அவர் முக பாவத்திலிருந்து ஒன்றையுமே புரிந்துகொள்ள முடியவில்லை. அந்தப் பெரிய கூட்டத்தில் இப்போது ஊசி விழுந்தால்கூடக் கேட்கும் நிசப்தம் - பயங்கரமான ஒரு நிசப்தம் நிலவியது.

அவர் காரியாலயத்தினுள் சென்ற, சற்று நேரத்தில் பியூன் வந்து ஆபீசர் கூப்பிடுவதாக திவாகரனிடம் சொல்கிறான்.

ஒரு தடவை, அந்தப் பட்டினிக் கோலங்களின் எத்தனையோ எதிர்பார்ப்புக்களை உள்ளடக்கி நிற்கும் விழிகளைத் திரும்பிப் பார்த்துவிட்டு திவாகரன் உள்ளே செல்கிறான். ஆபீசரின் அறையில் நுழைந்து அவர் எதிரில் கிடந்த நாற்காலியில் அவன் உட்கார்ந்தான்.

இப்போது அவர் முக பாவத்திலிருந்த சிலதையெல்லாம் அவனால் யூகிக்க முடிகிறது. அவர் மௌனமாய் அவன் கையில் ஒரு கடிதத்தைக் கொடுக்கிறார்.

அதைக் கையில் வாங்கிப் பார்த்தான். ஹை கோர்ட்டிலிருந்து இப்போது முதலாளி வாங்கியிருக்கும் ஸ்டே ஆர்டர்.

அவன் தலையில் ரத்தம் நிரம்பிப் பாய்ந்தது. அவனைப் பேச விடாமல், 'பாவம்... தொழிலாளர்களைப் பார்க்கக் கஷ்டமாகத் தான் இருக்குது... நீங்கதான் அவுங்களிடம் எப்படியாவது இதைச் சொல்லி இங்கிருந்து சமாதானமா கலைஞ்சு போகும்படிச் செய்யனும்...' என்று பரிதாபமாய் வேண்டிய அவரை நோக்கிய வாறு ஓரிரு நிமிஷ நேரம் என்னவோ நினைத்துக்கொண்டு அவன் அப்படியே உட்கார்ந்திருந்தான். பிறகு ஒரு முடிவுக்கு வந்தவனாய் நாற்காலியை கிரீச்சி... பின்னால் தள்ளி விட்டு வேகமாய் எழுந்தான். துடித்துக் கொண்டு நின்ற மீசையை முறுக்கி விட்டவாறு, ஒரு உறுமலுடன், ஆபீஸ் முற்றத்தில் அவனை ஆவலுடன் எதிர்பார்த்து நிற்கும் தொழிலாளர்களை நோக்கி விரைந்து நடந்தான்.

10.06.1973

தாமரை 8/1973

13

தரித்திரவாசி

இந்த வீட்டு, சாரும் அம்மாவும் வெளியே போயிருக்காங்க. சொந்தக் காரில் போகல்லே. எங்கோ இண்ணைக்குச் சாயந்திரம் சாரின் மீட்டிங்காம். அதுக்காக ரெண்டு பேருங்க கார் கொண்டு வந்து கொஞ்ச முந்திதான் சாரைக் கூட்டிக்கிட்டு போறாங்க... கூட அம்மாவும் போயிருக்காங்க... போய் அரை மணி நேரம் இருக்கும்... ஆறு ஆறரைக்குள் வந்து விடுவோமுன்னு சொல்லிக்கிட்டுத்தான் போனாங்க... ஆனா ஏனோ இன்னும் காணவில்லையே...

அன்னைக்கு ஒரு நாள் இப்படித்தான் ஒரு வெள்ளைக்கார அம்மா இங்கே வந்த அண்ணைக்கும், ஆறு மணிக்கு வருவதா சொல்லி விட்டுப் போனாங்க... ஆனா... வர ராத்திரி ஒன்பது மணி ஆச்சு... எனக்கானா ஒரே பசி... வந்த பிறகு, இண்ணைக்குச் சப்பாத்திக்கு மாவு குழைக்க வேண்டாமுண்ணு சொல்லிட்டாங்க அம்மா. சார் ரொட்டியும் பாலும் சாப்பிட்டார். அந்த வெள்ளைக்கார அம்மாவை ஹோட்டலுக்குக் கூட்டிக்கிட்டுப்போய் சாப்பாடு வாங்கிக் கொடுத்தாங்க. மத்தியானம் சாப்பிட்டது போக மீதி வச்சிருந்த சாதத்தைச் சாப்பிட்டுவிட்டு நான் படுத்தேன். இன்னும் காணல்லையே சார்...

காலம்பர அவங்க மாடியிலிருந்து எழுந்திரிச்சி கீழே வரும்போது மணி எட்டு ஆகி விடும். நான் ஆறு மணிக்கே எழுந்திரிச்சுடு வேன்... முற்றமெல்லாம் பெருக்கி செடிக்கெல்லாம் தண்ணி ஊற்றிவிட்டு, நான் போய் கேட்டை திறந்துபோடுவேன். பிறகு தான் பேப்பர் கொண்டுவந்து போட்டுட்டு போவான் பேப்பர்காரன். பேப்பரில் கொஞ்சம் எங்காவது

மடங்கியிருந்தால் போதும். பேப்பரைக் கெடுத்துட்டான் தரித்திரவாசி என்று அம்மா திட்டுவாள். எனக்கு வருத்தமா இருக்கும்... எதுக்கு சார் இப்படி தரித்திரவாசின்னு ஏசணும். சாமி சிலரைப் பணக்காரரா படைச்சிட்டாரு... ரொம்ப பேரை தரித்திரமாய் படைச்சிட்டாரு. எதுக்கு அதைப்போய் இப்படிக் குத்திக் காட்டணும்...

நான் போர்த் பாரம்வரை படிச்சிருக்கேன் சார்... அதுக்கு மேலே படிக்க வசதியில்லை. அப்பா செத்துப் போனாரு. மூணு மாசம் முந்தி எங்க வீட்டுப் பக்கத்தில் குடியிருக்கும் கிட்டு மாமா, அவர் கூட எனக்கு ஒரு விதத்தில் தூர உறவுதான். அவர்தான் என்னை இங்கே கூட்டிக்கிட்டு வந்து ஏற்படுத்தினார். எங்க வீட்டுக்கு இங்கிருந்து நாப்பது மைலிருக்கும் சார்... அங்கே எங்க வீட்டு பக்கத்தில் இருந்துதான் இந்த மாமா முதலில் எங்க சொந்தத்தில் என்னைப்போல் ஒரு பையனை இங்கே கூட்டிக்கிட்டு வந்து விட்டாங்க... பையன் வந்து ஒரு வாரத்தில் அவுங்க ரெண்டு பேரும் இப்படித்தான் ஒருநாள், வீட்டைப் பூட்டிட்டு எங்கேயோ வெளியே போனாங்க... அண்ணைக்கு ராத்திரி பூரா ரெண்டு பேரும் வீட்டுக்கு வரவே இல்லை.

அடுத்த நாள் காலையில் வந்து பாத்தா பையனைக் காணல்லே... பாவம், பஸ்ஸுக்கு காசு வாங்கக்கூட நிக்காம, இந்த நாப்பது மைலையும் தப்பிச்சோம், பிழைச்சோமுண்ணு நடந்தே கடந்து எங்க ஊருக்கு வந்துட்டான். ஏண்டா திரும்பி வந்துட்டேண்ணு கேட்டா, ராத்திரி வேறு யாருமே இல்லாம அந்தப் பெரிய வீட்டில் நான் மட்டும் தனியா படுக்க பயமா இருக்கு. நான் இனி அங்கே போகவே மாட்டேன்... இங்கேயே கூலி வேலை செஞ்சு பிழைச்சுக்குவேன். அப்படீன்னு சொல்லிவிட்டான். கிட்டு மாமாவுக்குப் பெரிய அவமானமா போச்சு... நாமோ பெரிய காரியமா கொண்டுவிட்ட பையன் இப்படிச் சொல்லாமல் கொள்ளாமல் ஓடி வந்துட்டானே... அப்படீன்னுதான் அவர் என்னை இங்கே கூட்டிக்கிட்டு வந்தார்.

'டேய் கோவாலா... அவரு பெரிய ஆபீஸரு... ஒரு மகன் பாம்பே யில் என்ஜினியராக இருக்கான்... மகள் மதராஸில் டாக்டர்... இப்போ வீட்டில் அவரும் அவர் பெண்டாட்டியும் மட்டும்தான். உனக்கு பெரிய வேலை ஒண்ணும் இருக்காது... மூணு நாலு வருஷம் மரியாதையா வேலை செஞ்சா அவரு பெரிய ஆபீசர்,

ஏதாவது ஆபீசில் உனக்கு பியூன் வேலை வாங்கித் தருவார்' - இப்படியெல்லாம் சொல்லி என்னை உற்சாகப்படுத்தினார் கிட்டு மாமா. அம்மா சொன்னாள்... 'டேய் உனக்கு வீட்டுக் கஷ்டம் எல்லாம் தெரியுமே... அந்த வீட்டு சாருடையவும் அம்மாவுடையவும் மனசு கோணாம நடந்துக்கணும்...!'

நானும் பார்த்தேன். நாமதான் படிக்கல்லே. என் தங்கச்சி அஞ்சாவது கிளாஸில் படிக்கிறா... தம்பி மூணாவது கிளாஸில் படிக்கிறான்... அவுங்களையாவது நல்ல முறையில் படிப்பிக்கணும்... எனக்கானா கூலி வேலை செய்வதுக்குள்ள ஆரோக்கியம் இல்லை... இங்கே வந்து இந்த வீட்டு வேலை பார்த்து நல்லவன்னு பேரு எடுத்தா ஏதாவது ஆபீஸில், கிட்டு மாமா சொன்னவாறு, பியூன் வேலையாவது கிடைக்காதா - இப்படியெல்லாம் நினைச்சுதான் இங்கே வேலைக்கு வந்தேன். ஆனா... ஒரு அருமையில்லை சார் இந்த வீட்டு அம்மாவுக்கு. நான் என்ன செய்தாலும் குற்றம்தான்?

சார்... இந்த அம்மாவின் காரியங்கள் எல்லாம் பார்க்க ரொம்ப வேடிக்கையாக இருக்கும். நான் அதையெல்லாம் பார்த்து மனசுக்குள் சிரிச்சுக்குவேன்... உலையில் போட அரிசியை அளந்து கொடுப்பாங்க... பிறகு என்னைக் கூப்பிட்டு கொஞ்சம் அரிசியைத் திரும்ப எடுத்துடுவாங்க... பிறகு, மறுபடியும் கொஞ்சம் எடுத்துப் போடுவாங்க... ஒருநாள் ஒரு பிச்சைக்காரன் வந்தான். கொஞ்சம் அரிசி எடுத்துப் போடச்சொன்னாங்க... நான் போடப் போகும்போது கூப்பிட்டு, பாக்கட்டும் என்றாங்க. நான் ரெண்டு கையையும் திறந்து காட்டினேன். இவ்வளவு எதுக்கு என்று பாதியை வாங்கி வச்சுட்டு, இவ்வளவு போதும் அப்படீண்ணாங்க. இதைப்போய் பெரிய காரியமாக எப்படிக் கொண்டு போடுவதுண்ணு எனக்குக் கூச்சமா இருந்தது. ஆனா என்ன செய்ய! கொண்டு போட்டேன். அவன் என்னவோ முணுமுணுத்தவாறு வாங்கிட்டுப் போனான்.

நல்ல அரிசியை அவுங்க சாப்பாட்டுக்காக உலை போடணும். கறிகாய், இறைச்சி, மீனு எல்லாம் நறுக்கிக் கழுவிக்கொண்டு போய் கொடுப்பேன். மிளகும், தேங்காயும் வெங்காயமும் எல்லாம் அம்மியில் வச்சு அரச்சுக் கொடுப்பேன். நான் உப்பு விட்டால் ஒண்ணெலே கூடிப்போச்சு, இல்லாட்டி குறைஞ்சு போச்சுண்ணு சண்டை பிடிப்பாங்க. அதனால் அவுங்களே உப்பைக் கரைச்சு ஊற்றிக்குவாங்க. ஒரு தடவை அவுங்க

இறைச்சியைப் பாத்திரத்தில் போட்டு பிரஷர் குக்கரில் வச்சு விட்டு பேப்பர் படிச்சுக்கிட்டிருந்தாங்க. எனக்கு மட்டுமா தனியாக சமைக்க கொஞ்சம் ரேஷன் பசை பச்சரிசியைத் தரு வாங்க. அது முழுதும் கல்லும் மண்ணும்தான். நான் பொறுக் கிட்டிருந்தேன். குக்கரில் கிடந்த இறைச்சி கொதிச்சு சிந்தியது. என்னக் கூப்பிட்டாங்க, நான் போக கொஞ்சம் நேரமாயிட்டுது... கூப்பிட்டா வராமெ எங்கேடா போய்க் கிடந்தே, தரித்திரவாசி - அப்படீன்னு சொல்லி புடிச்சுத் தள்ளினா. நல்ல வேளை அருவா மனையில்போய் விழவில்லை. ஆனா என்னை எவ்வளவுதான் அடிச்சாலும் நான் அழ மாட்டேன் சார்... சிரிச்சுக்கிட்டே நிற்பேன். அப்படி ஒரு சுபாவம் எனக்கு.

எனக்கு இப்போ பதினாலு வயசாச்சு சார். ஆனா... இங்கே ஒரு நாள் காலம்பரெ சார் சொன்னாரு. தோட்டத்துக்குப் போய் ரெண்டு குழி வெட்டுடாண்ணு. இதுவரை வீட்டில் மம்மட்டி எடுத்து வெட்டிப் பழக்கமில்லை. ஆனா தென்னம்பிள்ளை வைக்கணும், குழி வெட்டணுமுண்ணு நாலடி ஆழத்தில் குழி தோண்டினேன் மம்மட்டியால். ஆனா அவருக்குப் பிடிக்க வில்லை. ஆமா... அம்மா - சார் ரெண்டு பேருக்கும் என்னைப் பிடிக்கவே மாட்டேங்குது... என்னைக்கும் ராத்திரி ஒன்பது மணிக்கெல்லாம் ரேடியோவில் நியூஸ் கேட்டுவிட்டு சாரும் அம்மாவும் மேலே மாடியில் படுக்கப் போயிடுவாங்க... நான் வெளி வராந்தாவில் படுப்பேன். போர்த் பாரம் வரை படிச்ச தல்லவா, படிச்ச எழுத்து மறந்து போயிரக் கூடாதேன்னு பேப்பரை எடுத்துக் கூட்டி வாசிச்சுக்கிட்டிருப்பேன். மாடி யிலிருந்து கீழே எட்டிப் பார்த்து விட்டு அம்மா சத்தம் போடுவாள். ‘டேய் கோவாலா, லைட்டை அணைடா...’ நான் உடனேயே லைட்டை அணைச்சு விட்டுப் படுத்துடுவேன்.

காலம்பரெ, நீ எதுக்குடா ராத்திரி பூரா லைட்டை போட்டிருந் தேண்ணு கேட்டப்போ, நான் சொன்னேன் பேப்பர் படிச்சுக்கிட்டு இருந்தேண்ணு, ‘தரித்திரவாசி... நீ பி.ஏ., பி.எஸ்.ஸி. பரீட்சைக்குப் படிக்கிறியா... ராத்திரி பேசாம லைட்டை அணைச்சு விட்டு படுத்துக்கணும்’ - அப்படீண்ணு ஏசினாங்க அம்மா. அம்மா நல்ல குணமாக இருக்கும்போது நான் சொன்னேன். ‘அம்மா என் பேரு கோவாலன்... என்னை இப்படி தரித்திரவாசீண்ணு கூப்பிடா தீங்க’ அப்படீண்ணு! ‘ஏண்டா நீ என்னை உபதேசிக்கிறியா... அவ்வளவு தூரத்துக்கு வந்திட்டியா தரித்திரவாசி’ - அப்படீண்ணு அம்மா மறுபடியும் ஏசினாங்க.

என் வேலையில் நான் சோம்பேறித்தனம் எதுவும் காட்ட மாட்டேன் சார். அது எனக்குத் தெரியாது சார்... காலையிலும் சாயந்திரமும் வீட்டுக்குள்ளேயும் முற்றம் எல்லாம் பெருக் கணும்... செடி கொடிகளுக்கு எல்லாம் தண்ணீர் ஊற்றணும்... பிறகு சமைக்கணும்... கீழேயும் மாடியிலும் மொஸைக் தரை முழுதும் கண்ணாடிபோல் துடைக்கணும்... இந்த வீட்டில் மூணு பாத்ரூம் சார். அதையெல்லாம் நல்லா கழுவி விடணும்... கடைக்குப்போய் காய்கறி, மீனெல்லாம் வாங்கி வரணும்... ராத்திரி சப்பாத்தி மாவை குழைச்சுக் கொடுக்கணும்... இப்படி இப்படி...

எப்போவானாலும் நம் வேலையை நாமொதானே செய்யணு முண்ணு சுறுசுறுப்பா வேலை செஞ்சுக்கிட்டிருப்பேன். அப்போ சீக்கிரமா வேலை முடிஞ்சுட்டா அம்மா ஏசுவாள், ஏண்டா தரித்திரவாசி... நீ சரியா செய்யல்லே. அதுதான் வேலை யெல்லாம் இவ்வளவு சீக்கிரத்தில் முடிஞ்சு போச்சு! நான் என்ன செய்வேன். அம்மா சொல்றாங்களேண்ணு வேணுமுண்ணே நாள் பூராவும் வேலையை மெல்ல மெல்ல இழுத்தடிச்சுக்கிட்டு செய்யவும் எனக்கு வர மாட்டேங்குதே சார்... பாருங்கோ சார்... ஒரு தடவை எனக்குக் கடுமையான வயிற்று வலி. அம்மா கூப்பிட்டாங்க. என்னாலெ எந்திரிச்சிப் போகமுடியல்லே. அதுக்கு என்னை ரொம்ப ஏசினாங்க, ‘தரித்திரவாசி... சும்மா வயிற்று வலீன்னு கிடக்கிறான்’ அப்படீண்ணு. அடுத்தநாள் முதல் மூணு நாளைக்கு அம்மா மாடியிலிருந்து கீழே இறங்கவே இல்லை... அவுங்களுக்கும் வயிற்று வலி. ஆமா சார் எல்லாத் துக்கும் கடவுள் ஒருவர் இருக்கார்.

எனக்குப் பதினைஞ்சு ரூவா சம்பளம் தருவாங்கண்ணு நினைச் சேன் சார்... ரெண்டு நாள் முந்தி பள்ளிக்கூடம் திறந்தாச்சு. புஸ்தகம் எல்லாம் வாங்கணும், சட்டை ஒண்ணும் இல்லை, அப்படீண்ணு தம்பிகிட்டெயிருந்து காயிதம் வந்தது... நான் சார்கிட்டெ போய் காயிதத்தைக் காட்டி வீட்டுக்கு ரூபா அனுப்பணுமுண்ணு சொன்னேன்... நீ வந்து ரெண்டு மாதம்தானே ஆச்சு. வீட்டுக்கு இப்படி அப்பப்போ ரூபா அனுப்பி வச்சா, நீ வீட்டுக்கு ஏதாவது விசேஷமுண்ணு போகும்போது ரூபா ஏதும் சேர்த்துக் கொண்டுபோக முடியாது அப்படீண்ணு சொன்னார் சார். அப்போ வேண்டாம்; இப்போ தம்பிக்கும் தங்கச்சிக்கும் புஸ்தகம் வாங்கணுமுண்ணு

சொன்னேன். மணியார்டர் பாரம் வாங்கிக்கொண்டு வரச் சொன்னார். நான் வாங்கி வந்தேன். இருபது ரூபாவும் பாரமும் தந்து போஸ்டாபீஸில் போய் அனுப்பிவிட எங்கிட்டெ சொன்னார். அப்போ பத்து ரூவா வச்சிதான் எனக்கு சம்பளம் போட்டிருக்கிறாரு... நான் செய்யுற வேலைக்கு அது கொறவுதான். ஆனா... போஸ்டாபீஸுக்குப் போனபோது மணி ரெண்டாயிடுச்சி. இனி நாளைக்குத்தான் எடுப்போமுண்ணு சொல்லிட்டாங்க. சார் கிட்டே வந்து சொன்னேன். உம்... இப்படிக் கொடு. நாளைக்கு ஆபீஸ் பியூன்கிட்டே சொல்லி அனுப்பி விடுகிறேன் - அப்படீண்ணு திரும்ப வாங்கிக்கிட்டார். அனுப்பியாச்சாண்ணு சார் கிட்டே கேட்க எனக்குப் பயம். அனுப்பியிருப்பார்...

இப்படித்தான் சார். ஒரு தடவை சாரும் அம்மாவும் ஏதோ ஒரு கல்யாணத்துக்கு வெளியே போயிருந்தாங்க... திரும்பி வர ராத்திரி ரொம்ப நேரமாச்சு. கேட்டை உள்ளிருந்து பூட்டி விட்டு இந்த வராந்தாவில் குந்தியிருந்தேன். அப்படியே தூங்கிப் போனேன்... கார் ஹாரன் சத்தம் கேட்டுத் திடுக்கிட்டு விழுந்தடிச்சுக்கிட்டு பார்த்தா வெளியில் கேட்டின் முன்னால் கார் நிற்பது தெரிந்தது... ஓடியே போய்க் கதவைத் திறந்தேன். என்னடா தரித்திரவாசி அதுக்குள்ளே தூக்கம்... என்று சத்தம் போட்டாள். நேரம் நடுநிசி கழிந்திருக்கும். உள்ளே வந்ததும் கார் ஷெட் லைட்டைப் போட்டார். லைட் எரியவில்லை. வீட்டைத் திறந்து உள்ளே லைட்களைப் போட்டபோது அந்த லைட் எல்லாம் எரிந்தது. காலையில் வந்து பார்த்த போதுதான் தெரிஞ்சுது கார் ஷெட் பல்பைக் காணல்லே.

சாரும் அம்மாவும் திருட்டுப் பட்டத்தை என் மீது சுமத்தினாங்க. தரித்திரவாசி நீதான் பல்பைக் கழற்றி விற்றிருப்பேண்ணு! நான் கண்ணயர்ந்த நேரம் யாரோ வந்து திருடிக்கிட்டு போயிருக்கான். எதுக்கு சார் எனக்கு இந்தப் பல்பு?

அண்ணைக்கு மத்தியானம்தான் இந்த டிரைவர் வேலையிலிருந்து நிண்ணு விட்டான். மத்தியானம் சாருக்கு எங்கோ வெளியே போகணும். டிரைவர் சாப்பிடப் போகும்போது மூணு மணிக்கு அவனை வரச் சொல்லியிருந்தார். அண்ணைக்கு ஒரே மழை. அவன் சர்ச்சுக்கும் போயிட்டு வரும்போது மணி மூணரை... சாருக்கு கோபம் வந்துட்டுது. உன் இஷ்டம்போல் வந்தால் இங்கே முடியாது - அப்படி இப்படீண்ணு சத்தம் போட்டாரு. காரை

எடுக்கட்டுமான்னு அவன் கேட்டப்போ, வேண்டாமுண்ணுட்டாரு - அவன் சாயந்திரம் வீட்டுக்குப் போகும்போது, நாளைக்கு எப்போ சார் வரணுமுண்ணு கேட்டான். என் இஷ்டத்துக்கா நீ வர்றே? உன் இஷ்டம் போல் வா - அப்படீண்ணு சார் சொன்னார்... அவன் பெரிய மானஸ்தன். அவன் ஒண்ணுமே பேசாம இங்கே கேட் கிட்டே வந்து, தம்பி நாளைக்குத் தொட்டு நான் வர மாட்டேன். நீ அம்மாகிட்டெ சொல்லிடுண்ணு எங்கிட்டெ சொல்லிட்டு நடந்தான். நான் அம்மாகிட்டே போய் சொன்னேன். உடனையே அம்மா, ‘டேய் தரித்திர வாசி... நீயாடா இந்த வீட்டு சாரு? உங்கிட்டெ அவன் சொன் னாண்ணு நீ எப்படி வந்து சொல்லலாம்’ அப்படி இப்படிண்ணு என்னை ஏசினாங்க.

நான் ரோடில் இறங்கி டிரைவர் பின்னாலேயே ஓடிச் சென்று வழியில் வச்சி, அவனைக் கண்டு சொன்ன பிறகு அவனே நேரடியாக சார்கிட்டெ வந்து சொன்னான். சார் அண்ணைக்கு வரையுள்ள சம்பளத்தைக் கணக்குத் தீர்த்து அனுப்பி வச்சார். பிறகு ஒன்றிரண்டு வேறெ டிரைவர்மார்கள் எங்கிட்டெ வந்து, ‘தம்பீ இங்கே டிரைவர் வேலை காலியாக இருக்கா? ஆள் வேண்டுமாண்ணு’கேட்டாங்க... நான் சொன்னேன். ‘ஐயையோ எனக்கு ஒண்ணும் தெரியாது. நான் இந்த வீட்டு சாரில்லை. நீங்க போய் அம்மாகிட்டே கேளுங்க...!’ எதுக்கு சார் வீண் வம்பு? வயத்துப் பிழைப்புக்கு வேலை பார்க்க வந்தேன். சலம்பாமெ வேலை செஞ்சுக்கிட்டு கிடக்கணும். இல்லையா சார்? இதையெல்லாம் உங்களைக் கண்டதும் ஏனோ சொல்லணுமுண்ணு எனக்குத் தோணிச்சு சார். சொல்லிட்டேன்.

சார் இப்போ அம்மாவும் சாரும் வந்ததும் சொன்னால் எனக்கு வேலை போயிடும். பரவாயில்லை சார்... அண்ணைக்கு அந்த வெள்ளைக்கார அம்மா போகும்போது எனக்கு ரெண்டு ரூவா தந்தாங்க... மூணு வருஷம் கழிஞ்சு நான் இந்தியாவுக்கு மறுபடியும் வருவேன். அப்போ நீ இங்கேயே இருக்கணும். அப்படீண்ணு சொன்னாங்க... சார். இந்த மாதிரி போயிட்டிருந்தா இன்னும் மூணு மாசம்கூட இங்கே தள்ளிட முடியுமாண்ணு எனக்கு தோணல்லே... என்ன சார் மணி எட்டாயிட்டுதா சார். சாதாரணமா ஏழு மணிக்கு முந்தி வந்திடு வாங்க சார். இண்ணைக்கு ஏனோ இன்னும் காணல்லையே

சார். இவ்வளவு நேரம் காத்து நிண்ணு விட்டு, சாரை பார்க்காமெ போவது கஷ்டம்தான்... சார் போகப் போறிங்களா...? அப்போ நான் சொல்லுறேன் சார். சார் போனில் பேசிக்குவீங்களா சார்... ரொம்ப நல்லது சார்... சரி சார். போயிட்டு வாங்க மறுபடியும் சார். இங்கே வரும்போது நான் இங்கே இருப்பேனோ என்னம்மோ சார், சரி சார். போயிட்டு வாங்கோ சார்... சரி...

15.06.1973

தீபம் 8/1973

14

ஊமைத் துயரம்

ஆபீஸிலிருந்து நடக்க நடக்க வீட்டின் தொலைவு கூடிக் கொண்டே போவதுபோல் நாராயணனுக்குத் தோன்றியது. அன்று காலையில் நடந்த நிகழ்ச்சியின் கனம் ஒரு பெரும் சுமையாய் அவனை அழுத்திக்கொண்டிருந்தது.

விடை பெற்றுக்கொண்டிருந்த நித்திரை தேவியை வலுக்கட்டா யமாய்ப் பிடித்திழுத்து வைத்துக்கொண்டு அவன் சரசமாடிக் கொண்டிருந்த காலை நேரம்...

அழைப்பு மணி வீறிட்டது.

வெளிக் கதவு திறக்கும் சப்தம். ஒரு நிமிட நேர நிசப்தம். பிறகு தன் அருகில் வரும் காலடியோசை. கோமதியின் குரல்... யாரோ உங்களைத் தேடி வந்திருக்காங்க...

'யாராம்?' அவனுக்கு எரிச்சலாக வந்தது. 'சரியாகத் தெரியல்லே. அண்ணைக்கு ஒருநாள் காலம்பர வந்து நம்ம ஊமையன் செத்துப் போணாண்ணு சொல்லி ரூபா வாங்கிகிட்டுப் போனவண்ணு தோணுது.'

திடீரென்ற நித்திரை தேவி போன இடம் தெரியவில்லை. அவன் வாரிச் சுருட்டிக்கொண்டு எழுந்தான். அந்தக் காலைக் குளிரிலும் அவன் உடம்பு உஷ்ணமடைந்தது.

'யாரு... அந்த ஊமையனின் மருமகன் பொன்னய்யனா...?'

'அப்படீண்ணுதான் தோணுது...'

அவனைக் கண்டு சூடா நாலு வார்த்தைக் கேட்க வேண்டுமென்று நாராயணனுக்குச் சகிக்க முடியாத ஆத்திரம் இருந்தது என்னவோ வாஸ்தவம் தான். ஆனால், அந்த வாய்ப்பு இப்படி தன்னைத் தேடி தன் வீட்டுக்கே வந்து சேருமென்று அவன் கொஞ்சமும் எதிர்பார்க்கவில்லை.

தூக்கம் எழுந்ததும் நிலைக் கண்ணாடியில் போய் விழிக்கும் நித்ய பழக்கத்தைக்கூட மறந்து அவன் விரைந்து நடந்து வெளியில் வந்து முற்றத்தில் நிற்கும் பொன்னையன் முகத்தில்தான் விழித்தான்.

இரண்டு மாதம் முந்தி தன்னைப் பார்க்க வந்த அதே பாவம். நரைத்த தலை மயிர், தாடி, மீசை, கன்னங்கரிய மெலிந்து குட்டையான உருவம். ஒரு அசட்டுச் சிரிப்பு.

தொண்டை முழுதும் திறந்து காரசாரமாகக் கேட்க வேண்டியிருந் ததையெல்லாம் ரொம்பக் கஷ்டப்பட்டு அடக்கிக்கொண்டு இன்றைய அவன் நல்வருகையின் உத்தேசத்தை அறியும் பொருட்டு, ‘உம் என்ன?’ என்று வினவினான் அவன்.

‘இல்லே என் மாமனார் க்ளோஸ்...’

நாராயணனுக்கு குபீரென்று ஆத்திரம் பொத்துக்கொண்டு வந்துவிட்டது.

‘உன் மாமனார் பாவி எத்தனை தடவைதான் உனக்கு வேண்டி சாவணும்? ரெண்டு மாச முந்தி நீயல்லவா எங்கிட்டே வந்து அவன் செத்துப் போனாண்ணு சொல்லி பத்து ரூபா வாங்கிக் கிட்டுப் போனே. அண்ணைக்கு சாயந்திரம் குத்துக்கல்லுபோல் ஆரியசாலை ஜங்க்ஷனில் கடை நடையில் அவன் உட்கார்ந் திருப்பதை நான் கண்ணாலே பார்த்தேன்.’

- அந்தக் கட்டத்தைச் சொல்லச் சொல்ல அவன் கோபத்தின் கொதிநிலை டிகிரி மேலே மேலே ஏறிக்கொண்டே சென்றது; மேற்படி சாவு சம்பவம் நடந்ததாக இவன் சொல்லி அறிந்த அன்று முழுதும் இன்று போல்தான் காரியாலயம் செல்லும் போதும், அங்கே வேலையில் ஈடுபட்டிருந்தபோதும், பிறகு மாலையில் வீடு திரும்பும்போதும் எல்லாம் முழுக்க முழுக்க ஊமையனைப் பற்றிய பழைய நினைவுகள்தான். வழியில் டீக் கடைச் சந்தில் வைத்து பொன்னையன் மிகவும் அலங்காரமாய்

ஆர்ப்பாட்டமாய்ப் பேசிக்கொண்டு நிற்பதைக் கண்ட போதே இவனுக்குச் சிறிது சந்தேகம் தட்டியது. பிறகு வீட்டுக்குப்போய் உடைமாற்றிவிட்டு மாலையில் நடக்க இறங்கியபோது ஆரிய சாலை முனையில் அடைத்துக்கிடந்த ஒரு கடை நடையில் மிகவும் விச்ராந்தியாக தன் இரண்டு யானைக் கால்களையும் நீட்டி அதைச் செல்லமாகத் தடவுவதிலும் அங்கங்கே பூத்துக் காய்த்திருந்த கொப்புளங்களிலிருந்து தோலை நேர்த்தியாக உரித்து எடுப்பதிலும் பரமானந்தமாய் லயித்து உட்கார்ந்திருந்த ஊமையனைக் கண்டதும், செத்துப் போனதாகச் சொல்லப்பட்ட மனுஷன் உயிரோடு சுகமாய் இருக்கிறானே என்று அவனுக்குத் துளிக்கூட மகிழ்ச்சியோ ஆசுவாசமோ ஏற்படவில்லை. மாறாகத் தான ஏமாற்றப்பட்டோம் என்று அவனுக்கு வந்த ஆத்திரமும் அவமானமும் கொஞ்ச நஞ்சமல்ல. பிறகு, அடுத்த தெருவில் தன் அம்மாவும் சகோதரர்களும் வசிக்கும் குடும்ப வீட்டுக்குப் போன போது, நடந்ததை அவனிடமிருந்து கேள்விப்பட்ட அம்மா சொன்னாள்:

'உனக்குத் தெரியாதாடா பொன்னையன் மகா குடிகாரன்; ஊமையன் செத்துப் போனதாகச் சொல்லி அவன் இழவுச் செலவுக்குண்ணு எல்லோர்கிட்டேயும் ரூபாய் வாங்கி சாராயம் குடிப்பதுதான் அவன் வேலை. இனி வந்தால் ஒண்ணும் கொடுக்காதே.'

அதைக் கேட்டு அவன் ஏமாற்றப்பட்டது இன்னும் ஊர்ஜிதமான போது அவனுக்கு ஆத்திரம் தாங்கமுடியவில்லை. இருந்தும் 'அதுக்கென்ன! என்னைக்கு ஆனாலும் ஊமையன் இழவுச் செலவுக்குண்ணு ஏதாவது கொடுக்கணுமுண்ணு இருந்தேன். அதை இப்போ கொடுத்தாச்சு. இனி நிஜமாக அவன் சாவும் போது கொடுக்கப் போவதில்லை' என்று சொல்லிச் சமாளித் தான். ஆனால், அதை அம்மா ஒப்புக்கொள்ளவில்லை. 'அது எப்படிடா? அவன் மகள் மாப்பிள்ளை இப்படி ஏமாற்றினதுக்கு பாவம் ஊமையன் என்ன செய்வான்?'

'ஊமையன் நிஜமாக மண்டையைப் போடும்போதும் அவன் இழவுச் செலவை ஊமையன் கையிலா கொடுக்கப் போறோம். அப்போதும் இந்தப் பொன்னையன்தான் வந்து வாங்கிகிட்டுப் போகப் போறான்! அதை இப்பவே கொடுத்தாச்சு அவ்வளவு தான்!' அவனுக்கு ஏனோ இப்படிச் சொல்லும்போது தான் உட்பட்ட எல்லோர்மீதும் ஆத்திரம் ஆத்திரமாக வந்தது.

அன்றிலிருந்தே மனத்தில் கருவிக் கொண்டிருந்தான். என்றைக் காவது எதுக்காவது வேறொண்ணுக்கும் இல்லா விட்டாலும் ஊமையன் நிஜமாக சாவும் போதாவது பொன்னைய்யன் தன்னிடம் வராமலா இருக்கப் போகிறான்.

அப்போ காரசாரமாக நாலு வார்த்தை கேட்கணும்!... அப்படி இதோ அந்தத் தருணம் வாய்த்து விட்டிருக்கிறது.

பொன்னைய்யனின் முகம் சிறுத்துவிட்டது. 'இல்லே இப்போ நிஜமாகவே ஆள் க்ளோஸ். ஊர்க்காரங்கள் எல்லாரும் வந்துட் டாங்க. ஆஸ்பத்திரியிலிருந்து என் வீட்டில் கொண்டுவந்து கிடத்தியிருக்கிறேன். வேறொண்ணுமில்லே. அதைத்தான் தெரிவிச்சுக்கிட்டுப் போகவந்தேன்' என்று கூறிவிட்டுத் திரும்பிப்போக அவசரப்பட்டான் அவன்.

இப்போது நாராயணன் நெஞ்சம் தளர்ந்தது. பாவம்... ஊமையன்! இருந்தும் குரலில் இருந்த இறுக்கத்தைச் சற்றும் தளர்த்தாமல் 'எப்போ எடுப்பாங்க?' என்று கேட்டான்.

'அதிக நேரமாகாது. ஊர்க்காரங்க வரத் தொடங்கியாச்சு. இதைத் தெரிவிச்சுக்கிட்டு போகத்தான் வந்தேன். நான் வரேன்' என்று கூறிவிட்டு அவன் அவசரம் அவசரமாக வெளியே தெருவில் இறங்கி நடந்து மறைந்தான்.

பிறகு யந்திர ரீதியில் பல் தேய்க்கும்போதும் குளிக்கும்போதும், காப்பி சாப்பிடும்போது, காரியாலயம் செல்லும்போதும் எல்லாம் நாராயணனின் நெஞ்சில் ஒரு குற்றவாளி உணர்ச்சியின் கனம் அழுத்திக்கொண்டிருந்தது.

என்ன ஆனாலும் பொன்னைய்யனிடம் அப்படி முகத்தில் அறைந்ததுபோல் இந்தக் கட்டத்தில் சூடாகப் பேசியிருக்கக் கூடாது. ஏதாவது கொடுத்திருக்கலாம். வீதியில் ஜனக் கூட்டத்தின் இடையில் நடந்துகொண்டிருந்த அவன் மனம் எப்போதும் இப்படித்தான் சொல்லிக்கொண்டிருந்தது.

பாவம்... ஊமையன்.

செவியும் கேட்காது. பேச்சும் வராது. காலமாகிப்போன தன் அப்பாவைவிட ஒரு பதினஞ்சு வயது கூடுதல் இருக்கும். இப்போ ஒரு எழுபத்தஞ்சு வயசிருக்கலாம்.

ஆமாம்... அவனுக்கும் தன் குடும்பத்துக்கும் என்ன சொந்தம்? நாராயணன் அறிந்தவகையில் சுய ஜாதி என்பதைத் தவிர வேறு எந்தச் சொந்தமோ, பந்தமோ இல்லை. ஆனால், தனக்கு அறிவு வந்த காலம் முதல் இரண்டு ஆண்டுகளுக்கு முன் தன் அப்பா காலமாவது வரையிலும் காலைப்பொழுது முழுதும் இந்நகரின் கடைத் தெருவில் எல்லாம் சுமை தூக்கும் ஊமையன், ராத்திரி பனிரெண்டு மணி வாக்கில் தங்கள் வீட்டு வெளித் திண்ணையில் வந்துதான் படுப்பான். பத்து ஆண்டுகளுக்கு முன் பாட்டி இறப்பது வரையில், வந்ததும், அன்றைய விசேஷங்களை பே.... பே... என்ற ஒரே வார்த்தைப் பிரயோகத்தாலும் முகபாவத்தா லும் கை சைகையாலும் அரை மணி நேரமாவது பாட்டியிடம் பேசித் தீர்க்காமல் ஊமையன் தூங்குவது இல்லை. வீட்டில் அனைவரும் சற்று நேரத்திற்கு அவனைப்போலவே செவியும் நாக்கும் இயங்காத ஊமையர்களாக மாறி, அவனிடம் சம்பாஷணை செய்யாமல் தூங்கப்போவது இல்லை. அந்த அளவுக்குக் குடும்பத்தில் ஒரு அங்கத்தினராக இருந்தான் ஊமையன். அவனிடம் எல்லோருக்கும் ஒரு தனி வாஞ்சை. அவனிடம் பேசுவதில் பாட்டிக்கும் அப்பாவுக்கும் இருந்த ஒரு பிரத்தியேக தேர்ச்சி கொஞ்சம் கொஞ்சமாய் வீட்டிலே சிறுவர் சிறுமிகள் உட்பட எல்லோரும் கைவரப்பெற்றிருந்தார்கள்.

அவன் நெஞ்சு மீண்டும் அதே கேள்வியைக் கேட்டது. அண்ணைக்கு ஊமையன் நிஜமாகவே செத்துப் போயிருப்பானா? இன்னும் சற்று நேரத்தில் வழியில் ஆரிய சாலை ஜங்ஷன் எதிர்ப்படும். அங்கே அன்றுபோல் கடை நடையில் உயிரோடு உட்கார்ந்திருக்கும் ஊமையனைக் காண நேர்ந்து விடுமோ...?

- இப்படி நினைக்கும் அளவுக்குத் தன் மனம் கொடுமையானதாக ஏன் மாறுகிறது என்று அவனுக்கே ஆச்சரியமாக இருந்தது. அவன் சாகாமல் இருப்பதில் தனக்கு ஏன் இந்த ஏமாற்றம்? அவன் பாட்டுக்கல்லவா உயிருடன் இருக்கிறான்! அதனால் தனக்கு என்ன நஷ்டம்?

இப்போது மறுபடியும் அவனுக்குப் பொன்னையன்மீது கோபம் கோபமாக வந்தது. படுபாவி, ஊமையனின் மகளைக் கட்டியிருக்கான். இருந்தும் இப்படியா தன் மாமனார் சீவனை சாக்கு சொல்லிப் பணம் பறிப்பான்...! அவனால்தானே தன் மனமும் இப்போ இப்படியெல்லாம் விசித்திரமாக இயங்குகிறது.

சின்ன வயது நாட்களில் பாட்டியிடமிருந்தும் அப்பா அம்மாவிட மிருந்தும் ஊமையனைப் பற்றிக் கேட்டறிந்த தகவல்கள் தனக்கு ஞாபகம் இருக்கிறது.

ஊமையனின் சொந்த ஊர் இங்கிருந்து நாற்பது மைல் தொலை வில் இருக்கும் பத்மநாபபுரம். அவன் அப்பாவுக்கும் அவனைப் போலத்தான் செவி கேட்காது; பேச்சும் வராது. அம்மாவுக்கும் இரண்டு கண்ணும் தெரியாது. குழந்தைகளுக்கு ஒண்ணும் குறைச்சல் இல்லை. பத்து பிள்ளை பெற்றதில் மூத்தவன் இவன் மட்டும்தான் தேக ஆரோக்கியமாக இருந்தான். மற்றவங் களுக்குப் பலவித ஊனங்கள். ஊர்க்காரங்க மனமிரங்கி ஏதாவது கொடுத்தால் உண்டு. மற்ற நேரங்களில் முழுப் பட்டினி. அப்படிக் கிடந்து தவிக்கும்போதுதான் ஒருநாள் மகாராஜா, முன்னொரு காலத்தில் ராஜதானியாக இருந்த அந்த பத்மநாப புரம் அரண்மனைக்குத் தன் பரிவாரங்களுடன் எழுந்தருளும் போது இவன் அப்பா தன் பெண்டாட்டி பிள்ளைகளுடன் திடீரென்று காவலை மீறி, ரதத்தின் முன் வந்து பே... பே... என்று கத்தியவாறு விழுந்தாராம். ஊர் பிரதானியைக் கூப்பிட்டு மகாராஜா விஷயம் என்னவென்று விசாரித்தபோது அந்த ஊனக் குடும்பத்தின் பரிதாபங்கள் அவருக்குத் தெரிய வந்தது. அதன் பின் இவன் அப்பா, அம்மா உயிருடன் இருக்கும் காலம் வரையிலும் நீலகண்ட ஸ்வாமி கோயிலில் இருந்து நாலு கட்டி சாதம் உச்சிக்கால தீபாராதனை கழிந்ததும் இலவசமாக அவர் களுக்கு வழங்க வேண்டுமென்று ராஜா உத்தரவு பிறப்பித்தார். பிறகு இவன் பெற்றோர்கள் காலம்வரை சாப்பாட்டுக் கவலை இல்லாதிருந்தது! இருந்தும் இவனைத் தவிர போதிய ஆரோக்கிய மில்லாத மற்ற இவன் தம்பி, தங்கைகள் பிஞ்சும் காயுமாக இருக்கும்போதே அற்பாயுசில் இறந்து போனார்கள்.

ஊமையனின் அப்பாவும் அம்மாவும் காலமான பிறகு மறுபடியும் இவனுக்கு வயிற்றுப்பாடு பிரச்னையாகிவிட்டது. நல்ல கட்டு மஸ்தான உடம்பு வாய்த்திருந்த இவன், பக்கத்துத் தக்கலை பஸ் நிலையத்தில் மூட்டை சுமக்கும் வேலையில் ஈடுபட்டான். கிடைக்கும் பணத்தை மிகவும் சிக்கனமாகச் செலவு பண்ணி கையில் கொஞ்சம் காசுகூட சேர்த்து வைத்தானாம். ஊர்க்காரங்க பத்மநாபபுரத்திலிருந்தே ஒரு ஏழைப் பெண்ணை இவனுக்கு மணம் முடித்து வைத்தார்கள். பணத்தால்தான் ஏழையே தவிர, மற்றபடி ஆரோக்கியத்திலும் அங்க அமைப்பிலும் அவளுக்கு

எந்தக் குறையும் இல்லை. பிறகென்ன ஆண்டுக்கு ஒரு பிரசவம் நிகழத் தொடங்கிவிட்டது. எல்லாம் பெண் குழந்தைகள். குழந்தைகள் எல்லோருக்கும் நன்றாகச் செவி கேட்டது. ம்மா... ப்பா... என்று சரளமாக வாய் பேசியது...

பெண்டாட்டி குழந்தை குட்டிகள் என்றெல்லாம் வந்தபோது அவன் கையிலிருந்த பணம் முழுவதும் செலவாகிவிட்டது. அந்தச் சின்ன ஊரில் சுமை தூக்கிக் கிடைக்கும் வரும்படியில் குடும்பம் நடத்துவது மிகவும் கஷ்டமாகிவிட்டது.

பிறகுதான் நவராத்திரிதோறும் பத்மநாபபுரத்தில் இருந்து இங்கே நகரத்தில் ஒன்பது நாள் திருவிழாவுக்குக் கொண்டுவரும் சரஸ்வதி அம்மனின் பல்லக்கைச் சுமந்துகொண்டு ஊமையன் இங்கே நகரில் பிரவேசித்தான். இங்கே பெரிய கடை வீதியிலும் பஸ் நிலையத்திலும் மூட்டை தூக்குவதில் அதிக வரும்படி கிடைப்பதுக்குள்ள சாத்தியக் கூறுகள் இருப்பதைக்கண்டு, நவராத்திரி கழிந்து அம்மனை பத்மநாபபுரத்துக்குப் பல்லக்கில் சுமந்துகொண்டு போய்ச்சேர்த்த பிறகு மறுபடியும் இங்கே கால்நடையாகத்தான் வந்து சேர்ந்து விட்டான் அவன்.

என்றும் ராத்திரி பதினோரு மணி அளவில் படுக்க வரும்போது வெளித் திண்ணையில் வைத்து, அன்றைய உணவுச் செலவு கழித்து மீதியிருப்பை மறுபடியும் மறுபடியும் எண்ணுவதும் துணிப் பையில் போட்டுக் கட்டிப் பத்திரமாய் தன் மடியில் யாருக்கும் தெரியாமல் அவன் சொருகுவதும் பார்க்க வேடிக்கை யாக இருக்கும்.

அடிக்கடி ஊரிலிருந்து பெண்டாட்டி வந்து சத்தம் போடுவாள். 'பாவி மனுஷா... அங்கே நான் எட்டுப் பிள்ளைகளை வச்சுக் கிட்டு எப்படிப் பிழைப்பேண்ணு இருக்கேன்... செலவுக்கு ரூவா தா...' அப்படி இப்படீண்ணு சொல்லும் போது அவன் கையும் முகமும் எல்லாம் அதற்கேற்றாற்போல் அபிநயிக்கும். அவன் தன் நெஞ்சைத் தொட்டுக் காட்டி கையை விரிப்பான். அவள் விட மாட்டாள். மடியில் கை வைப்பாள். பே... பே... என்று வீடு நடுங்க கோபத்தில் அலறுவான். பிறகு பாட்டியும் அப்பாவும் அவர்கள் சண்டையில் புகுந்து பெண்டாட்டிக்காரிக்கு ஏதாவது கொடுக்க அவனை நிர்ப்பந்திப்பார்கள். மனசில்லா மனசோடு வெளியேபோய் அங்குமிங்கும் பார்த்து யாரும்

காணாமல் மடியிலிருந்து கொஞ்ச ரூபாய் எடுத்துக்கொண்டு வந்து, அதை ஒண்ணுக்கு நாலு தடவை துப்பல் தொட்டு எண்ணி விட்டு பே... பே... என்று புலம்பியவாறு அவள் கையில் கொடுப் பதை நாராயணன் பார்த்திருக்கிறான். பிறகு கொஞ்சம் நாட் களுக்கு உபத்திரவம் இல்லை. இவன் மறுபடியும் வாய்க்கும் வயிற்றுக்கும் கொடுக்காமல் ஒரு நல்ல வேட்டி வாங்காமல் கந்தலைக் கட்டிக்கொண்டு பணம் சேர்ப்பான்... மீண்டும் ஒரு நாள் பெண்டாட்டி வந்து நிற்பாள். பிறகு பழைய கதைதான். இப்படியே அவன் வாழ்ந்துகொண்டிருந்தான்.

ஒரு மகளை இந்த டீக்கடை பொன்னைய்யனுக்கு கல்யாணம் செய்து கொடுக்கப்பட்டது. இனி ஒரு மகளை ரெண்டாந்தாரமாக ஒருவன் கட்டினான். அவன் இப்போ இறந்து போனான்.

ஊமையனின் பெண்டாட்டியும் வாய்க்கில்லாமல் வயிற்றுக்கில் லாமல் நெல்லு குத்துவது, மாவிடிப்பது இப்படி கடுமையான வேலைகளுக்கெல்லாம் போய் ஒரு சீக்காளி ஆகி, ஒருநாள் சிவனேண்ணு கண்ணை மூடி விட்டாள். செய்தி அறிந்த அப்பா அவனிடம் விஷயத்தை அறிவித்தபோது அவன் ஆகாயத்தை தலை உயர்த்திப் பார்த்து விட்டு கையை விரித்து இரு தடவை ஆட்டினான். அப்படியென்றால் கடவுள் செயல் என்று ஆகலாம். கடவுளிடம் போய்ச் சேர்ந்து விட்டாள் என்றும் பதவுரை கூறலாம். பிறகு அப்பா கோபமாய்ச் சொன்னதால் பெண்டாட்டி யின் கடைசி கர்மத்தில் பங்கெடுக்க பத்மநாபபுரத்துக்குப் போனான். ஆனால் மறுபடியும் இங்கேயே வந்து விட்டான்.

'நாளுக்கு ரெண்டு ரூபா வச்சு தா... காலம்பர காப்பி, மத்தியானமும் ராத்திரியும் சாப்பாடு நான் போடுறேன்' என்று இங்கே உள்ளூரிலேயே குடியிருக்கும் மகள் வந்து கூப்பிட்ட போது, அவன் மகள் வீட்டுக்குப் போக மறுத்து விட்டான். மகள் போனபிறகு பாட்டி கேட்டாள். எல்லாம் சைகை மொழியில் தான். 'ஏன் இப்படி கண்ட கண்ட ஓட்டலில் எல்லாம் சாப்பிட்டுக் கிட்டு இங்கே வந்து பழிக் கிடக்கிறே? உன் மகள் வீட்டுக்குப் போயேன். உள்ளதை அவகிட்டே கொடுத்துவிட்டு அங்கயே சாப்பிட்டுக்கிட்டு படுத்துக்கோயேன்.'

அதுக்கு ஊமையனின் பதில் சைகையில்தான். ரெண்டு நாளைக்குச் சோறு போடுவாள். பிறகு காசை வாங்கிவிட்டுத் திட்டுவாள். கஞ்சிகூட விடமாட்டாள்.

ஆனால், பாட்டி விட மாட்டாள். ‘நீ என்ன கருங்கல்லா, எண்ணைக்கும் இப்படியே சம்பாதிச்சுட்டு இருக்க! ஏதாவது சுகக் கேடு வந்து படுத்துட்டா, பிறகு உனக்கு யாரு கஞ்சி காய்ச்சித் தருவா.’

இதுக்கு அவன் கைகளை மேலே வானத்தில் உயர்த்திக் காட்டி விட்டு தலையாட்டிக் கொள்வான். அதன் அர்த்தம் எல்லா வற்றிற்கும் கடவுள் இருக்கிறார்; அவர் பார்த்துக்கொள்வார்.

எது எப்படியோ, கடைசியில் இப்போ பாட்டி இல்லை; போய்ச் சேர்ந்து விட்டாள். அவள் சொன்னது சரியாகிவிட்டது. ஊமைய னின் ரெண்டு கால்களும் வீங்கி வெடித்துச் சீழ் வடியத் தொடங்கிவிட்டது. முன்னால்போல் சுமை தூக்கவும் முடியவில்லை. இரண்டு வருஷங்களுக்கு முன் அப்பா காலமாவது வரையிலும் தங்கள் வீட்டு அதே வெளித் திண்ணையில்தான் ராத்திரி வந்து படுப்பான். ராத்திரி திடீரென்று தூக்கத்தில் தனக்குத் தானே ஊ... ஊ என்று ஊளையிடுவான். ஒரு பிரத்தியேகத் தொனியில் அடித் தொண்டையில் கத்துவான். இதையெல்லாம் கேட்டு வீட்டில் குழந்தைகள் பயந்து வீறிட்டு அழத் தொடங்கின. வெளித் திண்ணை முழுதும் இவன் காலில் இருந்து வடியும் சீழால் அசுத்தமாகி, எப்போதும் ஒரு வித வாடை வேறு... ராத்திரி நேரம்கெட்ட நேரத்தில் இவனுக்கு ஏதாவது வந்து விட்டால் என்ன செய்வது...? மேலும் அவன் மகள், மருமகன் எல்லோரும் இதே ஊரில் அடுத்த தெருவில் குடியிருக்கிறாங்க, அவர்களுக்கு இல்லாத அக்கறையா? ஆனாலும், இங்கே வந்து இனி படுக்கக் கூடாது என்று ஊமையனிடம் சொல்ல நாராயணனுக்குக் கஷ்டமாக இருந்தது. எனவே தன் இளைய தம்பி வழியாக விவரம் அவனுக்குத் தெரிவிக்கப்பட்டது. ‘நீ இனி உன் மகள் வீட்டில் போய்ப் படு.’

இதைக் கேட்டு ஊமையன் விழிகள் நனைந்தன. பாட்டி, அப்பா இவர்கள் போட்டோக்களைச் சுட்டிக்காட்டி வானத்தைப் பார்த்து விட்டு பே... பே... என்று அவன் சொன்னதைக் கேட்க வீட்டில் எல்லோருக்கும் மிகவும் கஷ்டமாகத்தான் இருந்தது...

அப்படி அவனை விலக்கிய பிறகும் ஒரு மாத காலம்கூட அங்கேயே வந்து படுத்துக் கொண்டிருந்தான். இப்போ வீட்டில் உள்ளவர்களுக்கு மட்டுமல்ல, அண்டை வீட்டுக் காரர்களுக்கும் பெரிய தொந்தரவாகிவிட்டது. எல்லோரும்

அவர்களையே குற்றம் சொன்னார்கள். பிறகு ஊமையன் ராத்திரி வரும் முந்தியே வெளிக் கேட்டை அடைத்துத் தாள் போடப்பட்டது. ரொம்ப நேரம் பே... பே... என்று பரிதாபமாகச் சத்தம் போட்டவாறு அவன் கதவைத் தட்டும் போது வீட்டில் எல்லோரும் பல்லைக் கடித்துக்கொண்டு பேசாமல் இருந்தார்கள். பிறகு பே... பே... என்று என்னமோ புலம்பியவாறு அவன் போய்விட்டான்.

இதன் பிறகு ராத்திரி படுக்க அவன் வருவதில்லை. ஆனால், பண்டிகை நாட்களிலும் வீட்டில் ஏதாவது விசேஷங்கள் நடக்கும் போதும் வந்து சாப்பாட்டிலும் பலகாரத்திலும் அவன் பங்கை உரிமையுடன் பெற்றுக்கொண்டு போவான். சிலபோது காப்பிக் குடிக்கவென்று சில்லறை கேட்டு வாங்கிப்போவான். நாராயணனின் கல்யாணத்திற்குப் பிறகு, வீட்டின் இட வசதியின்மை காரணமாக இரண்டு தெரு தள்ளியிருக்கும் வீட்டுக்கு அவனும் மனைவியும் தனிக் குடித்தனம் போனபிறகு அங்கும் அடிக்கடி சென்று ஏதாவது வாங்கிச் செல்வான்.

ஆரிய சாலை ஜங்ஷன் வந்து கொண்டிருந்தது. நாராயணனின் நடை இப்போது இன்னும் மெதுவானது. ஊமையனைப் பொறுத்தவரையில் அவன் வாழ்க்கை நாடகத்தின் கடைசி காட்சிதான் இப்போ நடந்துகொண்டிருக்கிறது. எனவே, அவன் சாவு இப்போ அப்படி ஒன்றும் அதிசயமானதல்ல. ஆனால், பொன்னைய்யன் எத்தனையோ பேரிடம் எத்தனையோ முறை அவனை அவன் அறியாமல் கொன்றுவிட்டிருக்கிறான் என்பதை நினைக்கையில்தான் அவனுக்கு மிகவும் கஷ்டமாக இருந்தது.

வழக்கமாய் ஊமையன் உட்கார்ந்திருக்கும் அந்த அடைத்துக் கிடக்கும் கடைநடையில் அவன் கண்கள் இப்போ மெல்ல மெல்ல அஞ்சி அஞ்சிச் சென்றன.

அவன் மனம் துணுக்குற்றது. அந்த இடம் சூன்யமாக இருந்தது.

அப்படியென்றால்...

இன்று காலையில் பொன்னைய்யன் சொன்னது உண்மையாகத் தான் இருக்கவேண்டும். நிஜமாகவே புலி வந்து விட்டதா?

பாவம், அவன் இறுதிச் சடங்குக்குச் செலவுக்கு ஏதாவது கொடுத்திருக்கலாம் என்று மனம் கஷ்டப்பட்டதே. ஆனாலும், இன்று தான் ஏமாற்றப்படவில்லை என்று வக்கிரமான ஒரு ஆசுவாசம் நெஞ்சில் நிறைய அவன் நடந்து வீட்டின் வெளிக் கேட்டைத் திறந்துகொண்டு முற்றத்தில் கால் வைத்தபோது, முற்றத்தில் இருந்து வீட்டுக்கு ஏறும் நடைப் படியில் உட்கார்ந்திருந்த ஊமையன் நாராயணனைப் பார்த்து பே... பே... என்று பேசிச் சிரித்து அமர்க்களமாய் வரவேற்றான்.

18.07.1973

வஞ்சி நாடு 9/1973

15

காத்திருப்பு

மணி ஒன்பது அடித்துவிட்டது. தெருவில் ஜன நடமாட்டம் குறைந்துவிட்டது. இன்னும் சுகந்தியைக் காணவில்லை. அப்படியென்றால், தன்னைத் தந்திரமாய் ஏமாற்றி அவள் காரியத்தைச் சாதித்துக்கொண்டதுதானா?

கிருஷ்ணசாமிக்கு என்னவோ போலிருந்தது. அப்படித் தன்னை ஏமாற்றிவிட்டு அவளால் தப்பித்துக்கொள்ளமுடியுமா? நாளை மறுபடியும் பரீட்சை ஹாலில் தன்னை அவள் எப்படி எதிர்கொள்வாள்? எதுக்கு எதிர்கொள்ளவேண்டும்? இன்று போல் அல்லாமல் நாளை முதல் பாடங்களை நன்றாகப் படித்துக் கொண்டு பரீட்சைக்கு அவள் வருவதாக இருந்தால், தன் தாட்சண்யம் ஒன்றும் அவளுக்குத் தேவை இல்லையே!

ஆனால்...

இன்றுதானே பி.எஸ்.ஸி. இறுதியாண்டு பப்ளிக் பரீட்சை தொடங்கியிருக்கிறது. முதல் நாளே இப்படி என்றால்... இனியுள்ள நாட்களில் அவள் என்னத்தைப் படித்துக் கிழித்துக் குப்பை கொட்டிவிடப்போகிறாள்! ஆனால் அவளைப் பார்த்தால் அப்படிப் படிப்பில் மோசமாக ஒன்றும் தோன்றவில்லையே! தன் வகுப்புக்களில் எல்லாம் அவள் பிரைட்டாகத்தான் இருந்திருக் கிறாள்.

இன்று மத்தியானம் பரீட்சை எழுத வந்தபோது மட்டும் அவளுக்கு என்ன வந்து விட்டதாம்? இப்போ வருவாளே, முதலில் இதைத்தான் அவள்கிட்டே கேட்கணும்...!

அவருக்கு இப்போ உள்ளுக்குள் சிரிப்பு மூண்டது... அவள் எங்கே வரப்போகிறாள்... பிறக்காத குழந்தைக்கு ஜாதகம் பார்த்ததுபோல, பெய்யாத மழைக்குக் குடை பிடித்ததுபோல் வருவதே நிச்சயமில்லாத அவளிடம் முதலில் கேட்க வேண்டி யதை, தான் இப்போது ஒத்திகை நிகழ்த்துகிறோமா?

வெளிக் கதவை, வேண்டுமென்றேதான் உள்ளிருந்து தாள் போட்டுக் கொண்டு, இந்த முன் அறையின் விளக்கை அணைத்து இருட்டடித்துக்கொண்டு, மரணத்தின் நிறமாய் கனக்கும் இருளில் சொட்டச் சொட்ட நனைந்தவாறு இப்படித் தெருவைப் பார்த்திருந்த ஜன்னல் அருகில் அவள் வரவை எதிர்பார்த்து அவர் காத்திருந்தார்.

சாலை விளக்குகள் சிந்திக்கொண்டிருந்த மங்கிய வெளிச்சத்தில், தெரு முனையில் அவள் திரும்பிய உடனேயே, தன்னால் கண்டு கொள்ளமுடியும். இங்கே தன் வீட்டு வாசலில் நின்றுகொண்டு, அண்டை வீடுகளில் கேட்டு விடாமல் இருக்கும் பொருட்டு, கதவை மெதுவாய், மென்மையாய் அவள் தட்டுவதைக் கேட்ட பின்னரும், சற்று நேரம் பேசாமல் இருந்துவிட்டு அவசரப் படாமல் கதவைப்போய்த் திறக்கவேண்டும். தெருவிளக்கின் பின்னணியில் வீட்டு நடையில் ஒரு அப்ஸரஸாக நிற்கும் அவளை எந்த ஆர்ப்பாட்டமும் காட்டாமல் உள்ளே அழைத்துக் கொள்ளவேண்டும். அப்போதுதான் அப்படி ஒன்றும் அவளுக்காகத் தான் ஏங்கிக்கொண்டு காத்திருக்கவில்லை என்று அவளுக்குப் படும். ஏதோ அவள் வலிய நீட்டிய ஆஃபரை தன் ஆண்மை திரஸ்கரிக்கவில்லை. அவ்வளவுதான் என்று அவள் எண்ணலாம்.

ஆனால், நிஜம்?

மெல்ல அடுத்த அறைக்கு வந்தார். இன்று இந்தத் தன் படுக்கை அறைக்கு ஏதோ ஒரு புது சௌந்தரியம் வந்து விட்டிருப்பது போல் படுகிறது. படுக்கையைச் சரி பண்ணினார். ஊதுவத்தியின் புகையிழைகளை சுவாசிக்கையில் ஒரு மாதிரி உணர்வு...

உடுப்பி ஹோட்டலில் இருந்து வாங்கிக்கொண்டு வந்து வைத்தி ருந்த காப்பியை பிளாஸ்கில் இருந்து தம்ளரில் ஊற்றிக் குடிக்கும் போது, எதிரில் இருந்த நிலைக் கண்ணாடியில் தெரியும் தன் உருவத்தில் அவர் விழிகள் நிலைத்தன.

கனத்த பிரேம் போட்ட கண்ணாடி தரிக்காத தன் முகம், வழக்கமாய் அணியும் மூக்குத்தியைக் கழற்றி எறிந்துவிட்ட பெண்ணின் முகம்போல மூளியாகத் தோற்றமளிக்கிறது. இரு செவிகளின் ஓரத்திலும் தென்படும் நரை! உள்ளே உள்ளே போய்க் கொண்டிருக்கும் விழிகளுடனும், கன்னங்களுடனும் கலகித்து வெளியே நீண்டு வந்துகொண்டிருந்த மூக்கு... மொத்தத்தில் தன் முகத்தில் இப்போதெல்லாம் தனக்குத் துல்லியமாய்த் தெரியும் அந்தப் பிரேதக் களை...

அதோடு முதுகில் தெரியும் ஒரு சிறு வளைவு...

- இப்படி தன்னைப் பார்த்துக்கொண்டிருக்கையில் எல்லாம் அந்தக் கணத்தில் அலை பாயும் தனக்கு மிகவும் பரிச்சயமான அந்த சுயவெறுப்பு இப்போதும் மெல்ல பந்தி விரிக்கத் தொடங்கியபோது அவர் மெல்லப் பின்வாங்கினார்.

இப்போது தனக்கு நாற்பத்தியெட்டு வயசிருக்காதா? நாற்பது வயசு வரைக்கும் கல்யாணம் பண்ணிக்கப் பார்க்கப் போன எந்தப் பெண்ணையும் தனக்குப் பிடிக்கவில்லை... நாற்பது வயசுக்குப் பிறகு எந்தப் பெண்ணுக்கும் தன்னைப் பிடிக்கவில்லை.

எந்தப் பெண்ணுக்கும் என்ன! தனக்கே தன்னைப் பிடிக்க வில்லையே... இந்த லட்சணத்தில் சுகந்திக்கு மட்டும்...

சுகந்திக்குத் தன்னைப் பிடித்தது என்று யார் சொன்னார்கள்...!

அப்படியென்றால் சுகந்தி ஒரு பிரதி உபகாரம்... அவ்வளவுதான்.

மீண்டும் அவர் முன்னறைக்கு வந்தார். ஜன்னல் அருகில் போய் நின்றார். தெரு வெறிச்சோடிப் போய்க்கிடந்தது. மணி ஒன்பது நாற்பது. இனி அவள் வரவேமாட்டாளா...?

சீ... சீ... என்று புளித்துப் போன ஒன்று. அபூர்வமாய் நெருப்புக்குக் கிடைத்த விறகாய் க்ஷண நேரத்திற்காவது கிடைக்கப் போவதாய் நான் காத்திருந்தது வீண்தானா?

மனத்தின் இருட்டில் இப்போ ஒரு அமைதியின்மை... ஒரு ஏக்கம்...

சுய வெறுப்பை சுய மோகமாய் உருமாற்ற அவர் பொறிகள் வெதும்பிப் பரபரத்தபோது, இன்றைய தேதியையும் அப்படி முடிக்க வேண்டுமா என்று ஏனோ கஷ்டமாக இருந்தது.

பார்ப்போம்... சற்று நேரம்கூடக் காத்திருப்போம்... தெருவில் ஜன நடமாட்டம் அடியோடு நிற்கட்டும் என்று காத்திருக் கிறாளோ என்னவோ...!

மீண்டும் சாய்வு நாற்காலியில் சாய்ந்தபோது முதுகுக்கு மிகவும் இதமாக இருந்தது. ஒரு முழு வெற்றிலையை எடுத்துக் காம்பைக் கிள்ளி எறிந்துவிட்டு, சுண்ணாம்பைத் தேய்த்து பாக்குத் துண்டுகளுடன் வாயில்போட்டுக் குதப்பிவிட்டு, புகை யிலையையும் மென்றபோது உற்சாகம் வந்தது போலிருந்தது.

இப்போது உட்காரப் பிடிக்கவில்லை. ஜன்னல் அருகில் வந்து பார்த்தபோது தெரு முனையில் ஒரு சொறி நாய் சாக்கடையை முகர்ந்து பார்த்துக்கொண்டே வருவது தெரிகிறது. அந்தக் காட்சியை அப்போது பார்க்க அவருக்கு எரிச்சலாக வந்தது.

அடுத்த அறைக்குள் வந்து வாஷ்பேஸினில் வெற்றிலையைத் துப்பிவிட்டு பீரோவைத் திறந்து சிறிது பிராந்தி கலந்து குடித்த பின், மேஜைமீது மல்லாந்து கிடந்த தடிமனான புத்தகத்தைக் கையில் எடுத்தார். மூக்குக் கண்ணாடியை எடுத்து அணிந்து கொண்டு எழுத்துகளில் மனசை ஐக்கியப்படுத்த முயன்றார்.

ஊஹூம்... முடியவில்லை.

அப்படி உட்கார்ந்திருக்கப் பிடிக்கவில்லை. எழுந்து அறையில் குறுக்கும் நெடுக்குமாக நடக்கத்தொடங்கினார். கதவைத் தட்டும் ஓசைக்காக செவிகள் காத்திருந்தன.

சுகந்தி...

சு...கந்தி...

ஒரு தடவை சந்தி பிரித்து அந்தப் பெயரை உச்சரிக்கையில் ஒரு மதுர நெடி அந்தராத்மாவில் மழை நேர மஞ்சள் வெயிலாக அனுபவமாவதை உணர்ந்துகொள்ள முடிகிறது.

அன்று மத்தியானம் பரீட்சை ஹாலில் மேற்பார்வை பார்த்துக் கொண்டிருக்கையில் கிடைத்த தரிசனத்தின கந்தர்வ லகரியில் உறுப்புகள் இப்போ முறுக்கேறுகின்றன.

நல்ல வேளை... வேறு யாரும் அதைப் பார்க்கவில்லை. வெளி யில் வெயில் தீயாகக் காய்ந்துகொண்டிருந்தது. ஹாலில் இரண்டு வரிசையில், இடையில் நிறைய இடம் விட்டு டெஸ்குகள்...

மாணவ மாணவிகள் விடைத் தாளில் பேனா முனையால் மும்முர மாய் துவந்த யுத்தம் செய்துகொண்டிருக்கிறார்கள்.

சுழலும் மின் விசிறிக் காற்றில் வெள்ளைக் காகிதங்கள் படபடக்கும் ஓசை மட்டும்... மற்றபடி நிசப்தம்.

ஒவ்வொருவரின் அசைவுகளையும் அளந்தவாறு அவர் டெஸ்குகளின் இடை வழி மெதுவாய் பரீட்சை ஹாலில் நடந்து கொண்டிருக்கிறார். ஒரு கோடியிலிருந்து மறு கோடி யில், சுவர் அருகில் வந்ததும், சுவரைப் பார்த்துக்கிடந்த ஒரு ஒற்றை டெஸ்கின் முன் உட்கார்ந்து எழுதிக் கொண்டிருந்த சுகந்தி சடக்கென்று எதையோ தன் சோளிக்குள் போடுவது தெரிகிறது.

அவர் அவசரப்படவில்லை. அலட்டிக்கொள்ளாமல், அதைக் கவனிக்காததுபோல் அவள் முன் போய் நின்றார்.

சுதாவாகவே அவள் முகம் நல்ல சிகப்பு, இப்போ அது செம்பருத்திப் பூவாகிவிட்டது. மூக்கின் கீழ் வியர்வைத் துளிகள் அரும்பித் தந்த துகளாய் இளம் கருமை... அவரை கவனிக்க நேரமில்லாதவளைப்போல் விடைத்தாளில் வேகமாய் எதையோ கிறுக்கிக்கொண்டிருக்கிறாள்.

அவர் ஓரிரு நிமிஷ நேரம் அங்கே நின்றுவிட்டுத் திரும்பி மெல்ல நடந்தார். ஹாலின் பாதி வரைச் சென்றதும் மறுபடியும் திரும்ப வேகமாய் நடந்து அவள் பின்னால் போய் நின்றுகொண்டு பார்த்தபோது...

கையும் களவுமாய் அவள்...

யார் கண்ணிலும் படாமல் காபி அடிக்கும் வசதிக்காக விசிறி மடிப்பாய் மடக்கி, அவள் இடது கைக்குள் வைத்திருக்கும் காகிதத்தில் எறும்பு ஊர்வதுபோல் சின்னஞ்சிறு எழுத்துக்கள்.

ஹாலை, தான் ரவுண்ட் பண்ணி வர, குறைந்தது ஐந்து நிமிஷமாவது ஆகும் என்ற தைரியத்தால்தானோ என்னமோ, மும்முரமாய் கர்மமே கண்ணாகி, காப்பி அடிப்பதில் ஈடுபட்டிருந்த அவள், தன்னைக் கண்டதும் நடுங்கினாள்.

தலை உயர்த்திப் பார்த்த அவள் விழிகள் பனிப்பது தெரிகிறது.

'என்னைக் காட்டிக் கொடுத்து விடாதீங்க சார்' என்று அந்த முகமும், உடம்பும் எல்லாம் தன்னை நோக்கி இறைஞ்சுவதாய்ப் புரிகிறது.

ஆனால், பெண்மையின் அந்தச் சாகசத்தில் விழுந்து விடக்கூடிய விரைவில் இளகும் மனப்பான்மை கொண்டவனல்ல தான் என்ற வீம்பில் கடமையைச் செய்தே ஆகவேண்டும் என்ற விசுவாமித்திர வைராக்கியத்துடன் செயலாற்ற முனைகையில், சற்றும் எதிர்பார்க்காதவாறு, சடக்கென்று அவள் தன் ஊதா நிற சாரி முந்தானையை மார்பிலிருந்து டெஸ்கின்மீது நழுவ விட்டாள்...

அதே நிற சோளிக்குள் மூச்சடக்கி நின்ற அவள் யௌவனத்தின் வாளிப்பு, தனக்கு நேர்முக தரிசனம் ஆகிறது. தான் தன்யனாகி விட்டோமோ என்று ஒரு பரவசம்...

அதோடு கேள்வித் தாளின் ஒரு முனையில் அவள் ஆங்கிலத்தில் கிறுக்கிய 'சார்... என்னை விட்டு விடுங்க. பதிலுக்கு இன்றிரவு என்னை நானே உங்களுக்குக் கொண்டுவந்து அளிப்பேன்' என்ற எழுத்துகளை மனத்துக்குள் வாசித்ததும், தனக்கு வியர்த்துக் கொட்டியது.

இவை யாவும் ஒரு கணத்தில் நடந்தேறி விட்டன...

மோட்ச மார்க்கத்தைத் தேடி முன்னேறிக் கொண்டிருக்கையில், 'என்னைப் பார், என் அழகைப் பார்...' என்ற கொஞ்சல் மொழி கேட்டு, குருவின் கட்டளையை மறந்து அம்மண அழகிகளைத் திரும்பிப் பார்த்துக் கல்லாகிப் போன சிஷ்யனின் கதையை நினைத்துக்கொண்டே திரும்பி நடக்கையில், அவள் ஈரக் கசிவு இருந்த உதடு நுனியில் ஒரு புன்சிரிப்பு தவழ்வதும், அவள் இடக்கையில் இருந்த காகிதத்தில் இருந்து சின்னஞ்சிறு எழுத்துக்கள் விடைத் தாளில் பெரிசாய் வடிவம் பெறத் தொடங்குவதும் அவருக்கும் தெரியாமல் தெரிந்தது.

ஒரு நாய் ஊளையிடும் சத்தம் பயங்கரமாய்க் கேட்டது.

அவர் திடுக்கிட்டுக் கண் விழித்தார். அறையில் உலாவிக் கொண்டிருந்த தான் எப்போது சாய்வு நாற்காலியைச் சரணடைந் தோம் என்று தெரியவில்லை. கைக்கடிகாரம் பதினொன்றைக் காட்டியது. அப்படியென்றால், தான் தூங்கி விட்டிருக்கிறோம்.

மீண்டும் நாய் ஊளையிடும் சத்தம். சற்று முன் தெரு முனையில் தான் பார்த்த நாயாக இருக்குமா? இப்போது கதவுக்கு வலிக்காமல் யாரோ விரலால் தட்டுவதைப் போன்ற ஒரு சத்தம்...

வாரிச் சுருட்டிக்கொண்டு எழுந்து ஒரு அடி வைத்தபோது அவருக்கு முழுக்க முழுக்கத் தன்னுணர்வு வந்துவிட்டது.

ஒருவேளை காற்றின் குறும்பாக இருக்குமோ...?

இல்லை... தன் மனப் பிரமைதானா...?

எதுக்கும், மறுபடியும் அந்தச் சத்தம் கேட்ட பிறகு கதவைத் திறந்தால் போதும் என்று செவியைக் கூர்மையாக்கிக்கொண்டு இருளின் ஆழத்தில் அவர் காத்து நின்றார்.

17.10.1973

தீபம் 12/1973

16

பயம்

அவன் நெஞ்சுக்குள் பிரேத மூட்டையாய் பயம் கனத்தது. உள்ளே எப்படியோ புகுந்துகொண்டு வெளியேறத் தெரியாத கரப்பான் பூச்சியைப்போல் பயம் அகத்தைக் குடைந்தெடுத்துக் கொண்டிருந்தது.

கன்னங்கரிய இருளில் நிர்வாணமாய் நிற்கும் இயற்கைக் கன்னியை விழிகளால் துழாவியபடி சிட் அவுட்டில் அவன் உட்கார்ந்திருந் தான். அவள் தடித்த காம பீடத்தின் உள்நுனியாய் வெகுதொலை வில் செந்தீ அடிக்கடி தெரிந்து மறைந்துகொண்டிருந்தது.

காற்றில் லேசாய் அவனுக்குப் பழக்கமான அந்த மனித சதை, மயிர்க் கரியும் நெடி...

புது வீடு கட்ட மனசுக்குள் கட்டிக் காத்து வைத்திருந்த சங்கற்பங் கள் அனைத்துக்கும் சாட்சாத்காரமான ஒரு இடம் தேடி அலைந்த அவன் கடைசியில் இந்தக் குன்றின்மீது இந்த இடத்தைத் தேர்ந்தெடுத்தபோது எல்லோரும் கேலி பண்ணினார்கள்.

'இந்த அழகான ஊரில் புது வீடு கட்ட உனக்கு வேறு மனையே கிடைக்கலையா... சுடுகாட்டைப் பார்த்திருக்கும் இந்தப் பித்தன் குன்றின்மீதா வீடு கட்டப் போகிறாயடா பாவி...?'

ஆனால்... யாரிடம் எதையும் பேசிப் புரியவைக்க மெனக் கெடுவதில்லை என்ற தன் சுபாவத்திலேயே அவன் நிலைத்து நின்றான்.

இங்கே நின்றுகொண்டு கீழே எங்கெங்கே திரும்பிப் பார்த்தாலும் மரங்களின் உச்சி முனைகள் ஒன்று சேர்ந்து பச்சைப் பசேல் என்று

ஒரு போர்வையாய்த் தெரியும்... அந்தப் போர்வைக்குள் முடங்கிப் போய்விட்ட ஊரின் காங்கிரீட் கட்டிடங்கள், கன்னங்கரிய தார் ரோடுகள்...! வெகு தொலைவில் கோயில் கோபுரத்தின் தங்கக் கலசங்கள்... அதை மீறி, நீலக் கடலில் சங்கமித்து நிற்கும் தொடுவான விளிம்பின் மங்கியக் காட்சி... பிறகு எங்கெங்கே பார்த்தாலும் விரிந்த வானம், ஜிலுஜிலு வென்ற காற்று... பெயர் தெரியாத பறவைகளின் சமீபத்தை உணர்த்தும் ஒலி அதிசயங்கள்... தன்னிச்சையாய் வளர்ந்து செழித்த பசும் தழைகளின் ஒளடத வீரிய மிக்க நெடி...

இத்தனை மகிமைகளின் இடையில், கீழே வெகு தொலைவில் சில நாட்களில், சில பொழுதுகளில் புகை நடுவில் தெரியும் செந்தீயும், காற்றில் லேசாய்த் தெரிந்தும் தெரியாமலும் வரும் மனித சதை, மயிர் கரியும் வாடையும் அவனுக்கு ஒரு பெரிய குறையாய்த் தெரியவில்லை.

அவன் மனைவிக்கும் அந்த இடம் வெகுவாய்ப் பிடித்துப் போய்விட்டது. ஊரில் சந்தடி மிக்க குடியிருப்பு காலனிகளில் ஐந்து செண்டுக்கு ஆகும் விலையில் இங்கே இருபது சென்ட் வாங்க முடிந்தது. சுற்றிலும் ஏராளம் இடம் போட்டுக் கட்டப்பட்ட சகல வசதிகளும் மிக்க இந்த நவீன வீடு தன்னைப் போல் எல்லா விதத்திலும் அவளையும் கிறுகிறுக்க வைத்ததைக் காண அவனுக்கு ஒரே சந்தோஷம். வீட்டைவிட்டு, கடை, நண்பர்கள் வீடு, கிளப் இப்படி வெளியே எங்குமே செல்லத் தோன்றாத ஒரு அபூர்வப் பிடிப்பு. எந்த நேரமும் இந்த சிட் அவுட்டில் உட்கார்ந்துகொண்டு இந்த ஊரைக் குனிந்து பார்த்துக் கொண்டிருப்பதில் ஒரு பரவசம். இந்த மோனத்தின் ராகத்தை செவிமடுப்பதில் ஒரு லயம்.

குபீரென்று காற்று வீசியது. பனியில் குளிர்ந்த காற்றில் ஒரு வாசனை. முல்லைப் பூவின் சுகந்தம். கீழே எங்கோ ஒரு நாயின் நீட்டி ஆலாபனை செய்யும் ஊளை. வெளியில் சருக்களில் கால் சுவடுகள் பதிவதைப்போன்ற சலசலப்பு. மெல்ல மெல்லக் கிட்டெ கிட்டெ வருவதுபோல்...

அவனுக்கு மயிர் கூச்செறிந்தது.

சடக்கென்று எழுந்து வீட்டினுள் புகுந்துகொண்டு கதவை அடைத்துத் தாழிட்டான்.

அறைக்குள் மின் வெளிச்சம் நிறைந்து நின்றும்கூட, திறந்து கிடந்த ஜன்னலில் தெரியும் வெளியுலகின் இருள் அவனைப் பயப்படுத்தியது. கையைக் கம்பிகளின் இடைவழி வெளியே நீட்டி ஜன்னல் கதவுகளை அடைப்பதற்கிடையில், வெளியில் நிற்கும் ஏதோ தன் கையைப் பிடித்திழுக்கப் போவதாய் ஒரு கிலி. வீட்டின் உள்ளையும் வெளியையும் தொடர்புபடுத்தும் ஜன்னல் கள், வாசல்கள், கதவுகள் அனைத்தையும் சாத்தித் தாழிட்ட பிறகும் நெஞ்சுக்குள் பயம் முழுசாய் மறைந்ததாய்த் தெரியவில்லை.

சுவர் கடிகாரம் அடிக்கத் தொடங்கிய சத்தம். பனிரெண்டு தடவை அது அடித்து விட்டு ஓய்ந்தபோது ஒரு பீதி நிரம்பிய நிசப்தம். அவன் பெருமூச்செறிந்தான். பொழுது புலர குறைந்தது இன்னும் ஐந்து மணி நேரமாவது வேண்டும்! அவ்வளவு நேரத்தையும் எப்படி இங்கே தனிமையில் செலவிடுவது.

அன்றைய பத்திரிகையையும் எடுத்துக்கொண்டு படுக்கை அறைக்கு வந்தான். சாளரங்கள் அடைத்துக் கிடந்ததால் ஒரே புழுக்கம்... மின் விசிறியைப் போட்டுக்கொண்டு கட்டிலில் சாய்ந்தான்.

மெத்தையிலிருந்து அந்த மணம் இன்னும் விலகிப் போய்விட வில்லை. இன்னதென்று விளக்கிச் சொல்லத் தெரியாத இந்த வாசனை அவளுக்கு மட்டுமே சொந்தம்.

அறைக்குள் இந்த வாசனை தவிர, கொடியில் மேஜைமீது எல்லாம் அவள் விட்டுச் சென்ற அடையாளங்கள்... அப்படியே இருக்கின்றன...

ஆனால்...

அவள்...?

கல்யாணமாகி நான்காமாண்டு இந்தப் புது வீட்டில் குடித்தனம் ஆரம்பமானது. இப்போ மூன்று ஆண்டுகூட ஆகியிராது. இரண்டு வாரங்களுக்கு முன்னால் ஒரு நாள்...

கடையைப் பூட்டிவிட்டு இவன் வரும்போது, தூரத்திலிருந்தே கவனித்தான். வழக்கம்போல் சிட் அவுட் சோபாவில் அவள் இல்லை என்பதை!

செம்மண்,பாதை வழி மேலே மேலே ஏறிக் கொண்டிருக்கையில், மனசுக்குள் ஏனோ சொல்லத் தெரியாத ஒரு கிலேசம். எதையோ எங்கோ வைத்துவிட்டு, எடுக்க மறந்து விட்டதைப் போன்று உள்ளுக்குள் ஒரு அரிப்பு.

படிகள் ஏறி சிட் அவுட்டில் நுழைந்ததும், வழக்கத்தை மீறி அவனுக்கு மேல் மூச்சு, கீழ் மூச்சு வாங்கியது. சாத்தியிருந்த பிளஷ்டோரைத் தள்ளித் திறந்த அவன் ஹாலில் பிரவேசித்ததும் கமகமவென்று அவன் முன் அனுபவமானதைப் போன்ற முல்லைப் பூவின் கனமான வாசனை.

ஒரு கணம் விக்கித்துப்போய் நின்றான். சாதாரணமாக வீட்டி னுள்ளே பூஜை அறையில் நூலிழையாய்ப் புகைந்து கொண்டி ருக்கும் ஊதுவத்தியின் ஒரு லேசான மணம்தான் கமழும்; இன்று ஏன் இப்படி?

சமையல் அறையில் அவளைக் காணவில்லை. படுக்கை அறை யில் அவன் வந்து பார்த்தபோது, முதலில் அறையில் படிந்திருந்த மூவந்திநேர மங்கலில் ஒன்றுமே தெரியவில்லை. ஸ்விட்சைத் தட்டியதும், கீழே விழுந்து நொறுங்கும் புட்டிப் பாலாய் அறையில் மின் வெளிச்சம் சிதறியது.

அந்த ஒளியில்,

இதோ தான் இப்போது படுத்திருக்கும் கட்டிலில் அவள் மல்லாந்து படுத்திருக்கிறாள்.

இவன் திடுக்கிட்டான்.

நாபிக் குழியிலிருந்து காரணம் தெரியாத ஒரு பீதி சரசரவென்று மேலே மேலே ஏறி ஈயக் குண்டாய் நெஞ்சில் வந்து உட்கார்ந்து கொண்டது.

மெல்ல அவள் அருகில் வந்தான் இவன். அவள் விழிகள் திறந்திருந்தன. தன்னையே வெறித்துப் பார்ப்பதைப் போன்ற ஒரு பிரமை.

‘பிரேமா...’

தன் குரல் நடுங்குவது அவனுக்குத் தெரிந்தது.

அவள் அசையவில்லை.

இவன் கூர்ந்து பார்த்தான்.

அவள் உடம்பிலிருந்து ரத்தம் முழுவதும் வடிந்து போய்விட்டது போல் வெளிறிப் போய்க்கிடந்தாள்.

அவள் உடம்பைத் தொட்டான்.

ஜில்லிட்டுப் போயிருந்தது.

த்ச்... த்ச்... த்ச்.

அறைக்குள் ஒரு பல்லி ஓலமிட்டது. இவன் தன்னுணர்வு அடைந்தான்.

சடங்குகள் யாவும் முடிவடைந்து இன்றுதான் உறவுக்காரங்க எல்லோரும் தத்தம் வீடுகளுக்குப் போனார்கள்.

இப்போது...

நான் -

நான் மட்டும்...

சடக்கென்று மின் விளக்குகள் அனைத்தும் அணைந்தன... கும்மிருட்டு...

இவன் திடுக்கிட்டான்.

கண நேரத்திற்கு என்ன செய்வதென்றே தெரியவில்லை. படுக்கையிலிருந்து கீழே குதித்தான்.

அந்த நாயின் ஊளைச் சத்தம் மறுபடியும் கேட்கிறது.

உலர்ந்த சருகுகளில் கால் படும் ஓசை...

இப்போது அறைக்குள் குப்பென்று முல்லைப் பூவின் மணம். அதனுடன் சதை மயிர் கரியும் வாடையும்...

பயத்தில் தலைக்குள் ரத்தம் குபுகுபுவென்று பீறிட்டுப் பாய்வது தெரிகிறது.

உச்சியிலிருந்து உள்ளங்கால்வரை ஒரு நடுக்கம்...

பீரோவிலிருந்து டார்ச்சைப்போய் எடுக்க மனம் கூக்குரலிடுகிற தேயானாலும் கால்கள் ஒத்துழைக்க மறுக்கின்றன.

திடீரென்று அறைக்குள் கும்மிருட்டில் என்னவோ ஒரு நிழலாட்டம்.

படுக்கையில் அன்று கண்டதுபோல் அவள் சயனித்திருப்பதைப் போல் ஒரு தோற்றம்.

துணுக்குற்று இவன் திரும்பியபோது யார் மீதோ மோதிக் கொண்டதைப்போல்...

பயம். இப்போது முழுமூச்சாய் எலும்புகள், சந்தி பந்தங்கள் யாவும் மொடமொடவென்று நொறுங்க இவனை ஆரத் தழுவிய போது, இவனுக்கு மூச்சடைத்தது.

இன்னும் சற்று நேரத்தில் நிற்கப் போவதற்கு முன் என்பதைப் போல் இதயம் அவசரம் அவசரமாய் அடித்துக்கொள்வது கேட்கிறது. நாடி நரம்புகளில் செங்குருதி நுரை ததும்ப பொங்கிப் பிரவகித்து ஓட துடித்தெழுந்த புழு வடிவில் விகசித்து, விமுக்தி மார்க்கம் தேடி அடியாடையை முட்டி மோதிச் சீறிக்கொண்டு நின்றது குறி...

திடீரென்று அவனிடத்தில் ஒரு வெறி... யாருடைய ராட்சஸப் பிடியிலிருந்தோ தன்னை விடுவித்துக்கொள்ள என்பதைப் போல், வெள்ளத்திலிருந்து கரையேறிய சடை நாயாய் உடம்பை உதறிக்கொண்டான். ஒரு கணம் அடங்கி ஒடுங்கியபோது தன் வெளியாடை, உள்ளாடை எல்லாவற்றையும் அறையின் ஒரு மூலையில் வீசியெறிந்தான்.

ஜிவ்வென்று அவன் பௌருஷம் மேலெழும்பி எதையும் யாரையும் நேருக்கு நேர் எதிரிட்டு கீழ்ப்படுத்த விசுவரூபம் தரித்து வா... வா... நீ ஆண் பிசாசா, இல்லை பெண் பிசாசா, யாரானாலும் சரி, ஒரு கை பார்ப்போம் என்று உக்கிரமான ஒரு ரத்த ரக்ஷஸாய் தலையாட்டி நின்றது.

இப்போது இத்தனை நேரமாய் அவன் நெஞ்சில் கனத்துக் கொண்டிருந்த பயமெல்லாம் வடிந்துபோய், அங்கே எதையும் எதிரிட்டு நிற்கத் தகுந்த ஒரு ஆணவம் பாற்கடலாய் அலை மோதுவதை அவனால் நன்கு உணர முடிகிறது.

01.12.1973

கணையாழி 9/1974

17

தேடல்

வெளியில் கார் ஹாரன் ஒலி கேட்டது போலிருந்தது. அதோடு இரும்புக் கேட்டில் யாரோ 'ணங்', 'ணங்' என்று தட்டும் ஓசை.

மணி திடுக்கிட்டுக் கண் விழித்தான். மனசுக்குள் ஒரு எரிச்சல்... இன்றும் நேற்று போல்தானா? இதென்ன நியூசன்ஸ்! இந்த அகால வேளையில் இப்படி வந்து கதவைத் தட்டி எழுப்பும் அளவுக்கு அவசரக் காரியம் என்னமோ...!

மீண்டும் காரின் ஹாரன்.

'ணங்'.

'ணங்'.

நெஞ்சின்மீது பாம்பாய்ப் பற்றிக் கிடந்த நிர்மலாவின் கரத்தை எடுத்து விலக்கிவிட்டு, அவன் வாரிச் சுருட்டிக்கொண்டு எழுந்தான். கீழே பாயில் குறுக்கும் நெடுக்குமாய்க் கிடந்து நித்திரைகொள்ளும் குழந்தைகளை மிதித்து விடாதிருக்க சிரமப்பட்டவாறு கவனமாய் நடந்து ரோட்டைப் பார்த்திருந்த ஜன்னல் கதவின் அருகில் செல்வதற்குள் காரின் ஹாரனும், 'ணங்', 'ணங்'கும் பலமுறை சப்தித்து அடங்கிவிட்டன.

ஜன்னல் கதவைத் தள்ளித் திறந்தான். சாக்கடை வாடைக் காற்று உள்ளே அவசர அவசரமாய் ஓடி வந்தது. வெளிக் கேட்டின் முன் ஒரு டாக்ஸி நிற்பது தெரு விளக்கின் மங்கிய ஒளியில் தெரிய வருகிறது. காருக்குள் நிழல் கோடுகளாய் நிறைய மனிதத் தலைகள். கேட்டின் முன் ஒருவன்.

‘என்ன வேணும்?’

முற்றத்தைத் தாண்டி வெளி கேட்டின் அருகில் நிற்கும் அவனுக்கு கேட்க வேண்டும் என்பதற்காக மட்டுமல்ல, தன் எரிச்சலை முழுதும் கொட்டித் தீர்க்க - வெளிப் பிரகடனம் பண்ண வேண்டு மென்றே ஒரு வேகத்தில் உரக்க சத்தம் போட்டுக் கேட்டான்.

இருளில், மணி நிற்பது எங்கே என்று சரிவர கேட்டின் முன் நிற்பவனுக்குத் தெரிந்திருக்க நியாயமில்லை. இருந்தும் குரல் வந்த திசை நோக்கி ‘காமாட்சி வீடு இதுதானே?’ என்று கேட்டான்.

மணிக்குக் குபீரென்று ரத்தம் தலைக்கேறிவிட்டதுபோல் ஒரு உணர்வு.

‘இல்லை.’

‘இந்த ரோட்டில் இடப் பக்கம் புதிய வீடுண்ணு சொன்னாங் களே... அது இதுதானே?’

- இப்படி அவன் மீண்டும் தர்க்கித்து, இது காமாட்சி வீடுதான் என்று ஸ்தாபிக்க முயன்றபோது, மணிக்கு ஆத்திரம் அசாத்திய மாய்க் கூடியது.

‘இங்க இல்லைண்ணு சொன்னா சலம்பாம போய்விட வேண்டியது தானே... அர்த்த ராத்திரி வந்து மனுஷனைத் தூங்க விடாமெ...’

கணவன் சத்தம்போட்டு யாரிடமோ பேசுவதைக்கேட்டு ‘யாரது?’ என்று கேட்டவாறு எழுந்து உட்கார்ந்தாள் நிர்மலா.

இப்போது அவன் ஆத்திரம் அர்த்தமில்லாமல் அவளிடம் திரும் பியது. ‘நீ பேசாமல் கிட. நீயா காமாட்சி...?’

காரின் பின் கதவுகள் ‘படார் படார்’ என்று திறந்து மூடும் சத்தம். இரண்டு மூன்று பேர்கள் கூட காரிலிருந்து இறங்கி கேட்டின் முன் வந்து நிற்கும் சந்தடி.... கையிலிருக்கும் சிகரெட் தீயின் செம்புள்ளி மினுங்க, வெள்ளைச் சட்டைக்குள்ளிருந்த ஒருவன் முகம் தெரியவில்லை. கேட்கிறான்: ‘என்ன சார் இப்படி கோபப்படுறீங்க. இப்போ காமாட்சியின் குரல் கேட்டதே... சும்மா பிகு பண்ணாமல் கதவைத் திறங்க சார்...’

மணிக்கு உச்சி முதல் உள்ளங்கால் வரை அவமானத்தாலும் ஆத்திரத்தாலும் வெடவெடவென்று நடுங்க ஆரம்பித்துவிட்டது.

'என்னடா நெனச்சே... படுவா...' என்று அலறியவாறு ஜன்னலைப் படாரென்று அடைத்து விட்டு, வீட்டிலிருந்து வெளி முற்றத்திற்கு இறங்கும் முன்கதவைப் போய்த் திறக்க, வெறி பிடித்தவனைப்போல் பாய்ந்தான் அவன். கால்பட்டு குழந்தைகள் வீல் என்று கத்திக்கொண்டு எழுந்து அழுது ஆர்ப்பாட்டம் செய்யத் தொடங்கி விட்டன. நிர்மலா ஓடி வந்து அவன் கையைப் பிடித்திழுத்துத் தடுத்தாள். 'வேண்டாம்... நீங்க வெளியே போகாதீங்க... குடிகாரப் பசங்க... எதுக்கும் துணிஞ்சவங்க...'

'எவனா இருந்தால் எனக்கென்ன! அவன் சொன்னதைக் கேட்டியில்லே... அயோக்கிய ராஸ்கல்' என்று திமிறிக்கொண்டு கதவின் தாழை நீக்கித் திறந்துகொண்டு முற்றத்தில் குதித்தான். நிர்மலா முற்றத்து லைட் ஸ்விட்சைத் தட்டி விட்டதால் இப்போ பளிச்சென்று வெளிச்சம். மணி கேட்டைத் திறந்து வெளியில் வருவதற்குள் அவர்கள் எல்லோரும் ஓடிச்சென்று காருக்குள் ஏற, கார் விரைந்தது. அந்த ரோட்டின் மறு முனையில்போய் அந்தக் கார் நிற்பதையும், அதிலிருந்து ஆட்கள் இறங்குவதையும் பார்த்து 'மானம் கெட்டவங்க' என்று உறுமி 'தூ' என்று காறித் துப்பியும் அவனுக்கு ஆத்திரம் அடங்கவில்லை. உடம்பின் நடுக்கம் நிற்கவில்லை.

'எதுக்கு சார் இந்த மாதிரி ஆட்களிடம் வம்புக்குப் போகணும். எல்லோரும் ஃபுல் லோடு' என்று சொன்னவாறு எதிரிலிருந்த வொர்க் ஷாப் வாச்சர் கோலப்பா பிள்ளை அவன் பக்கத்தில் இருட்டிலிருந்து வந்தார்.

'யாரு கோலப்பா பிள்ளை அண்ணாச்சியா... நீங்களும் பார்த்துக் கிட்டுத்தான் இருந்தீங்களா...?' என்று கேட்டான் மணி.

'நான் சுகமாய்த் தூங்கிக் கொண்டிருந்தேன். உங்க சத்தம் கேட்டுத் தான் முழிச்சேன். எதுக்கு இப்படி வந்து வம்புக்கு நிக்கிறீங்க. காமாட்சி வீடு அதுதான்' என்று அந்த வீட்டைச் சுட்டிக்காட்டி நான்தான் அவுங்களை அங்கே அனுப்பி வச்சேன்.'

அவனுக்கு இன்னும் உதறல் சரியாக மாறவில்லை. 'இந்தக் காமாட்சியை அங்கே இருந்து ஒழிச்சுக் கட்டினாத்தான் நமக்கு நிம்மதியாகத் தூங்க முடியும் போலிருக்கிறது' என்று அவன் சொன்னபோது அவர் விழுந்து விழுந்து சிரித்தார். 'நல்லா சொன்னீங்க. அங்கே மெயின் கஸ்டமர் யார் தெரியுமில்லே...

இந்த ஏரியா போலீஸ் சப் இன்ஸ்பெக்டர் கருணாகரன். ஒழிச்சுக் கட்டப் போகிறவங்க ஒழிஞ்சு போகாமல் பார்த்துக்கணும் ஆமா...'

'அதுக்காக...! இங்கே நமக்குக் குழந்தை குட்டிகளோடு வாழ வேண்டாமா...?'

'யார் வேண்டாமுண்ணு சொன்னாங்க...! நல்லா வாழுங்க. அவளையும் வாழ விடுங்க...! உம்... நீங்களாவது ரோட்டின் இந்த முனையில்தான் இருக்கிறீங்க... அங்கே காமாட்சியின் வீட்டைத் தொட்டு அடுத்த வீட்டில் வசிக்கும் ராமலிங்கம்தானே அவளுக்கு அந்த வீட்டை விலைக்கு வாங்கத் தரகு பண்ணிருக்கான். அவனும் பெஞ்சாதி பிள்ளைகளோடு அடுத்த வீட்டில் வாழாமலா இருக் கான். அதிகமென்ன? அந்தக் காமாட்சியும் குழந்தை குட்டிகளோடு தான அங்கே வாழறா...!'

'யாரு அந்த ராமலிங்கமா?'

'ஆமாம்... அவனுக்கு நல்ல கமிஷன் கிடைச்சதா கேள்வி... காமாட்சி கிட்டேதான் பணம் எக்கச்சக்கமாச்சே...!'

மணி ஒன்றும் பேசவில்லை. திரும்பிப் பார்த்தபோது நிர்மலா வும் குழந்தைகளும் அவனையே பார்த்தவாறு வராந்தாவில் நிற்பது தெரிகிறது.

'நீங்க உள்ளேபோய்ப் படுங்கோ... இனி அடுத்தது வேறு யாராவது வரப் போறா...' என்று அவன் அவசரப்படுத்தினான்.

'பனி பெய்யுது. எதுக்கு அங்கேபோய் நிக்கிறீங்க... கதவைச் சாத்திக்கிட்டு வந்து படுங்கோ...' என்றுவிட்டு அவள் உள்ளே போனாள்.

'இப்படி ஒரு நிரந்தர தொந்தரவு இருக்குமுண்ணு நேரமே தெரிஞ் சிருந்தா நான் இங்கே குடி வந்தே இருக்க மாட்டேன்' என்றான் மணி.

'இந்தக் காலத்தில் இதெல்லாம் சகஜம்தான் சார். வீடு மாறிப்போய் இப்படி நம்ம வீட்டுக் கதவைத் தட்டி இதுதான் அவ வீடாண்ணு கேட்டு விட்டால் எதுக்கு நாம இப்படி உணர்ச்சி வசப்படணும். இப்போ தப்பு உங்க மேல்தான். 'இதில்லை அப்பனே அவ வீடு... அதுதான் அவ வீடு' - அப்படிண்ணு நீங்க சொல்லியிருந்தா அவங்க

பேசாம போயிருப்பாங்க. இப்படித் தவறிப்போய் வீட்டுக் கதவைத் தட்டி மனுஷங்களைத் தொந்தரவு செய்யும் விவகாரம் அந்தப் பழைய பாண்டிராஜா காலத்தில்கூட இருந்திருக்கிறதே...! உங்களை எழுப்பி கோலப்பா பிள்ளை நீங்க தானாண்ணு தெரியா மல் யாராவது விசாரிச்சால், அதுக்காக உங்களை ஒரு வாச்சராக தாழ்த்தி விட்டதா நீங்க கோபப்படுவதிலே அர்த்தமுண்டா?'

அவனுக்கு என்ன பதில் சொல்வதென்று புரியவில்லை.

'உங்களைத் தேடி வருகிறவங்க யாராவது தெரியாமல் அங்கே காமாட்சி வீட்டில் போய் விசாரிச்சாங்கண்ணா. 'இதில்லை, அது' என்று உங்க வீட்டைச் சுட்டிக்காட்டிக் கொடுப்பதுதானே முறை. இதெல்லாம் ஒவ்வொருத்தர் தொழில்... உலகத்தில் எல்லாம்தான் இருக்கும். இதையெல்லாம் நாம் ஒருத்தர் நினைச்சால் திருத்திவிட முடியுமா சார்?'

அவரிடம் அவன் தர்க்கிக்க விரும்பவில்லை. 'அது சரி... எப்போதும் வெளியே வெற்றிலை போட்டுக்கொண்டு யாராவது வர்றாங்களாண்ணு பார்த்துக்கிட்டு ஒருத்தன் அங்கே உட்கார்ந் திருப்பானே அவன் யாரு?'

கோலப்பா பிள்ளைக்கு இப்போது உற்சாகம் வந்துவிட்டது.

'அப்படி கேளுங்கோ சார்... இப்போ கேட்டீங்க இல்லையா, அது நியாயம்! எப்படியானாலும் நம்ம அண்டை வீட்டுக்காரனைப் பற்றி நாம் சரியாக அறிஞ்சிருக்க வேண்டாமா! காமாட்சி செத்துப்போன ராமப்பாவின் இரண்டாவது பெண்டாட்டி... முதல் தாரத்தின் மகன்தான் அந்த ரங்கன். காமாட்சி அந்தக் காலத்தில் ஆள் பிரமாதமா இருப்பாள். அப்பா செத்த பிறகு ரங்கனுக்கு இந்தச் சித்திக்காரிதான் எல்லாம்... எல்லாம்.'

கோலப்பா பிள்ளையின் விஷமச் சிரிப்பிலிருந்து மணிக்கு விஷயம் புரிந்தது.

'அது சரி... இப்போ அங்கே நிற்கும் இளம் பெண்கள்...?'

'என்ன சார்... அப்போ சித்தெ முந்தி காட்டின வெறுப்பெல்லாம் வேஷம்தானா...? என்னா, நோட்டம் உண்டுமா?' என்று கேட்டு விட்டு கோலப்பா பிள்ளை கடகடவென்று சிரித்தார்.

மணிக்குப் பயமாய்ப் போய்விட்டது. 'சும்மா விளையாடாதீங்க... அவ என் வீட்டுக்காரி. சண்டைக்கு வரப் போகிறா...

அனாவசியமா குடும்ப கலகத்தை உண்டாக்கி வச்சிருதாயேயும்...' என்று திரும்பிப் பார்த்துவிட்டு மெல்லச் சொன்னான்.

'காமாட்சிக்கு இப்போ வயசாயிட்டது. அசல் அங்கமுத்துவைப் போல் பெருத்துப் போனாள். அவளால் இப்போ ஒண்ணும் முடியாது. அந்த மூன்று பெண்களும் அவ பெற்றவங்கதான். கிளி யாட்டம் இருக்கிறாங்க... பிறகென்ன...! மற்றபடி, வெளியில் இருந்தும் சின்னச் சின்னக் குட்டிகள் வருவதாய்க் கேள்வி. எது எப்படியோ... பாவி மகளுக்கு இந்தப் பஞ்ச காலத்திலும் பிஸினஸ் அமோகமாய் நடக்குது. இன்னும் கொஞ்ச நாளில் இந்தத் தெரு பூராவையுமே அவ விலைக்கு வாங்கி விட்டாலும் நான் ஆச்சரியப்பட மாட்டேன். சரி சார். நமக்கெதுக்கு இதெல்லாம்...! உங்க வீட்டுக்காரி வேறெ சந்தேகப்படப் போகிறா. நீங்க கேட்டை அடைச்சுக்கிட்டுப் போய்ப் படுங்க சார். எனக்கும் தூக்கம் வருது...' என்று கொட்டாவி விட்டவாறு திரும்பினார் கோபால பிள்ளை.

மணி கேட்டை அடைத்துவிட்டு உள்ளே வந்தான். கதவைத் தாள் போட்டுவிட்டு அறைக்குள் வந்தபோது குழந்தைகள் எல்லாம் தூங்கி விட்டன. கட்டிலில் படுத்திருந்த நிர்மலா, 'என்ன இந்த அர்த்த ராத்திரியில் அந்தக் கிழவன் கிட்டே இப்படி ரகசியமான பேச்சு' என்று விசாரித்தபோது, 'ஒன்றுமில்லே... ஹூம், நாம உள்ளே தேடுகிறோம். அவுங்க ஊரில் தேடுறாங்க' என்று சொல்லியவாறே லைட்டை அணைத்துவிட்டு அவள் அருகில் வந்து படுத்தான் மணி.

15.01.1974

சதங்கை 3/1974

18

மௌனம்

இன்று எனக்கு மௌன விரதம்.

இனியும் எனக்கு சித்திக்க, கைகூட ஏதாவது மீதி இருக்கிறதா? பின் எதுக்கு இந்த நோன்பு?

நடுக்கூடத்தில் வழவழப்பான தரையில் சுவரில் சாய்ந்தவாறு உட்கார்ந்துகொண்டிருக்கிறேன். மனசின் உள் வெளியில் இன்னதென்று தெரியாது சொரு சொருவென்று நினைவுகள்...

நரம்பில்லாத நாக்கின் சுழற்சியில் வெளிப்படும் சப்தங்களுக்குத் தான் என்னவெல்லாம் தொனி விசேஷம். அவை பேசும், கேட்கும் உள்ளங்களில் எழுப்பும் நமைச்சல்கள் உம்... இப்போ கூட வாயைத்தான் மூடிக்கொண்டு உட்கார்ந்திருக்க முடிகிறது... உள்ளம்?

நேர் எதிர்ச் சுவரில் மேலே அவர் முகம் என்னை கொட்டுக் கொட்டென்று பார்த்துக் கொண்டிருப்பது போல் சென்ற மாதம் நடந்த அவர் முதல் திவசத்தின் போதுவரை, இப்படிப் பார்த்துக் கொண்டிருக்கையில் என் செவிப் புலனின் மௌன மொழியில் தேவீ... தேவீ... என்று அவர் குசுகுசுக்கும் உணர்வு... (அவர் மட்டும்தான் என்னை இந்தப் பெயரில் அழைப்பார்). இப்போ மட்டும் என்ன வந்துவிட்டது? அந்தக் குரலை என்னால் உணர முடியாதது ஏன்? சே... இதெல்லாம் என் பிரமைகள்...

பதினைந்து வருட கால தாம்பத்திய வாழ்வின் தடையாய் ஒரே ஒரு குழந்தை...?

ஹூம்... அந்தப் பாக்கியம்தான் நான் செய்யவில்லையே... என் அண்ணாவுக்கும் தங்கைகளுக்கும் குழந்தைகள் இருக்கத்தான் செய்கிறார்கள். ஆனால், எப்படியானாலும் என் வயிற்றிலிருந்து பிறந்த குழந்தைபோல் ஆகுமோ?

எதிர்ச் சுவரோரத்தில் கீழே அவர் அம்மா - என் மாமியார் படுத்திருந்த கட்டில் வெறிச்சோடிக் கிடக்கிறது... கொள்ளி வைக்க நிற்காமல் போய்விட்ட ஒரே மகனைத் தேடிக்கொண்டு அவுங்களும் போய்ச்சேர்ந்துவிட்டார்கள்.

வெளியில் ரோட்டில் அடிக்கடி கார் ஹாரன் சத்தம்; மற்றபடி நிசப்தம்.

சமையலறை வாசற்படியில் தலை வைத்துப் படுத்திருக்கும் அம்மா தலையை உயர்த்தி, 'ஏண்டி... தேவகீ... இப்படியேவா உட்கார்ந்திருப்பது, கொஞ்சம் படுத்துத் தூங்கினால் என்ன?' என்கிறாள்.

நான் பதில் சொல்லவில்லை. எனக்கு இன்று மௌன விரதம் என்பது அவளுக்குத் தெரியும். சற்று நேரத்தில் மறுபடியும் அம்மாவிடமிருந்து அமர்ந்த குரலில் குறட்டை வரத் தொடங்கி விட்டது. உம்... அவர் போனபின் இவளும் இந்த வீட்டுப் பிரஜையாகி விட்டாள். அடுத்த தெருவில் என் அண்ணா அண்ணி கூட இருக்கும் அப்பா இங்கே வந்து பார்த்து விட்டுச் செல்வார்.

உட்கார்ந்திருக்கப் பிடிக்கவில்லை. மெல்ல எழுந்து வெளி வராந்தாவுக்கு வந்தபோது முற்றத்தில் பளிச்சென்று காயும் மத்தி யான வெயில். மேலே வராந்தாவில் இருந்து கீழே முற்றத்துக்கு இறங்கிக் கொண்டிருக்கும் படிகள். அவர் மேல் மூச்சு கீழ் மூச்சு வாங்க மேலே ஏறி வந்ததும், 'அப்பாடா... பதினெட்டாம் படிதான்...' என்று சொல்வது ஞாபகம் வருகிறது.

கீழே முற்றத்தில் வெயிலில் துவண்டு நிற்கும் செடி கொடிகள், நிழல் விரித்து லேசாய் சரிந்து நிற்கும் மாமரம், பிறகு முற்றத் திலிருந்து கீழே ரோடுக்கு இறங்கும் படிகள் மறுபடியும்.

ரோடுக்கும் வீட்டு முற்றத்திற்கும் இடையில் உள்ள காம்பவுண்ட் சுவரின் இடது கோடியில் சுவரோரமாய் மூலையில் கிடந்த

அந்தக் கான்கிரீட் பெஞ்சியும் வெயிலில் காய்ந்து கொண்டிருக் கிறது. அந்தப் பெஞ்சும் என் கழுத்தைப்போல் மூளியாகி விட்டதைப்போல்...

அது ஒரு ஞாயிற்றுக்கிழமை. கடை இல்லையாதலால் அவர் காப்பி சாப்பிட பத்து மணியாகிவிட்டது. வழக்கம்போல முற்றத்துக்கு வந்து இந்த பெஞ்சியின்மீது ஏறி நின்று ரோட்டை வேடிக்கை பார்த்துக் கொண்டிருக்கிறார். அத்தை பாத்ரூமில், நான் சமையலறையில் வேலையில் ஈடுபட்டிருக்கிறேன்.

வீ...

வீ...

- என்னமோ மாதிரி ஒரு சத்தம்... ஒரு மனித கண்டத்திலிருந்து இப்படி ஒரு குரல் வர முடியுமென்று தோன்றவில்லை. மீண்டும் மீண்டும் இந்த உளறல் சத்தம் கேட்டு திடுக்கிட்டு இதோ நான் நிற்கும் இங்கே வந்து நின்றுகொண்டு இப்படிக் கீழே இடது கோடியில் காம்பவுண்ட் சுவரோர மூலையில் பார்த்தபோது -

கான்கிரீட் பெஞ்சியில் அலங்கோலமாய் விழுந்து கிடக்கும் அவர்.

என் இதயம் அப்படியே நின்று போய்விட்டதைப்போல்...

அருகில் ஓடிச் சென்றேன். அவர் நாக்கு-அக்ஷர சுத்தமாய் மணிக் கணக்கில் எத்தனை பேரிடமானாலும் களைத்துப் போகாமல் மாறி மாறிப் பேசும் அவர் நாக்கு, ஒரு வார்த்தையை ஒரு எழுத்தைக்கூட தெளிவாய் உச்சரிக்க முடியாமல் தத்தளிக்கிறது. விழிகளில் ஒரு அசக்த பாவம்.

நான் அலறுகிறேன். அப்பாவுக்கு ஆள் போனது. அடுத்த வீட்டிலிருந்த என் தங்கை புருஷன் ஓடி வருகிறான். எல்லோரு மாய்ச் சேர்ந்து காரில் தூக்கிப்போட்டு ஆஸ்பத்திரிக்குக் கொண்டு போகிறார்கள். ஸ்ட்ரோக்காம். மாலை நாலு மணி வாக்கில் ஆம்புலன்ஸிலிருந்து ஸ்ட்ரெச்சரில் தூக்கிக்கொண்டு வந்து இந்தப் படிகள் ஏறி நடுக்கூடத்தில் கொண்டுவந்து வடக்கில் தலை வைத்துக் கிடத்திவிட்டுப் போய்விடுகிறார்கள். அப்படி எல்லாம் முடிந்து போய்விட்டது.

வெயிலின் வெக்கையைச் சுமந்துகொண்டு காற்று வந்து பட படக்கிறது. நான் படியில் கால் வைத்தேன். வெயில் சுட்டுப் பழுத்துக் கிடக்கும் படிகள். மெல்ல இறங்கி கான்கிரீட் பெஞ்சின் முன் வந்து நிற்கிறேன்.

பெஞ்சின்மீது சுவரோரத்தில் காரை பெயர்ந்து தெரிகிறது. சிமெண்ட் காரையும் இன்னும் விலகவில்லை. உம்... அவர் சிதை பஸ்மம் அடங்கிய சின்னச் செம்பும், அதன் மீது சிறுசாய் அழகாய்க் கட்டியிருந்த பீடமும் இப்போ இங்கில்லை. சென்ற மாதம், அவர் மறைந்த முதலாண்டு திகையும் நாள் அன்று இங்கிருந்து அப்புறப்படுத்தப்பட்டுவிட்டது. இப்போ இங்கே ஒரு சூனியம், என் அகத்தைப்போல்.

அவர் இறந்த அடுத்த நாள்...

அப்பாவும் மற்ற உறவினர்களும் மயானத்திற்குச் செல்ல இங்கிருந்து இறங்கும்போது...

‘இது அவர் வாழ்ந்த கோயில், இங்கேதான் அவர் இனியும் குடியிருக்கணும். அவர் அஸ்தியை இங்கே கொண்டுவந்து விடுங்கள். அதை அவர் கடைசியாய் நின்று விழுந்த இந்தக் கான்கிரீட் பெஞ்சின் மீது ஸ்தாபித்து, ஒரு சின்னக் கோயில் கட்டி என் வாழ்நாள் பூராவும் வழிபடப் போகிறேன்’ என்று நான் சொன்னதைக்கேட்டு, எல்லோரும் பரஸ்பரம் முகத்தைப் பார்த்துக்கொள்கிறார்கள். சிலர் முகத்தில் ஒரு கலவரம்... அடக்கமான பேச்சு...

கடைசியில் அம்மா மூலையில் கிடக்கும் என் செவியில் வந்து ரகசியமான குரலில் சொன்னாள்.

‘தேவகி... நீ என்ன சொல்றே... செத்துப்போன உயிருக்கு ஆத்ம சாந்தி அடைய அஸ்தியை கடலில் கொண்டுபோய்த்தான் கரைக் கணும். வீட்டுக்குக் கொண்டுவரக்கூடாது. அது ஆபத்து...’

பக்கத்தில் கிடந்து பிலாக்கணம் பாடி அழுது கொண்டிருந்த என் பெரியம்மாவும் ஒத்துப் பாடினாள். ‘அது மட்டுமா...! அப்படி நீ சொல்வதைப்போல் அஸ்தியை இங்கே கொண்டுவந்து அடக்கி னால், அந்த இடத்தில் தீட்டுப்படவேகூடாது... நீ இப்போ கிழவி ஆயிட்டியா... மாசத்தில் மூணு நாலு நாட்கள் உனக்கும் அதன் பக்கத்தில் போகமுடியாது. பூஜை செய்யமுடியாது...’

ஆனால், என் பிடிவாதத்தின்முன் அவர்கள் வாதங்கள் நிற்க வில்லை. கடலில் கொண்டுபோய் கரைத்ததுபோக மீதியை ஒரு சின்னச்செம்பில்போட்டு, இந்த கான்கிரீட் பெஞ்சின்மீது வைத்துச் சுற்றி செங்கல் அடுக்கி ஒரு சின்னப் பீடமும், மழை நனையாதிருக்க சிறு கோயிலும்.

வெயில் சுள்ளென்று உறைத்தது.

திரும்பி நடந்தேன். படிகள் ஏறும்போது சென்ற மாதம், அவர் மறைந்த முதலாண்டு திகைவதற்கு முந்தியநாள் வரையிலும் என்றும் இந்தப் பீடத்தில் விளக்கேற்றி வைத்ததும், அடுத்த நாள் திவசத்தின் அன்று அப்பா, அண்ணா உடன் நிற்க உறவினர்கள் பீடத்தை உடைத்து செம்பை வெளியில் எடுத்து கன்யாகுமரி கடலில் கொண்டு கரைத்துவிட்டு வந்ததும் ஞாபகம் வருகிறது. அப்போது அதை எதிர்க்கவோ, தடுக்கவோ எனக்குத் தோன்ற வில்லை. இது ஏன்?

வராந்தா படியில் நின்றுகொண்டு மீண்டும் திரும்பிப் பார்க் கிறேன்.

கான்கிரீட் பெஞ்சி வெயிலில் காய்ந்துகொண்டிருக்கிறது... தொட்டு காம்பவுண்டு சுவர்... அதை மீறி தூரத்தில் நீண்டு செல்லும் கன்னங்கரிய தார் ரோடு, விரைந்து செல்லும் கார்கள்... பாதசாரிகள் என்றும் அவர் கடைக்குச் செல்ல இங்கிருந்து விடைபெற்றுக்கொண்டு இறங்கிய பின்னும், விரித்த குடையின் கீழ் சிறைப்பட்டுச் செல்லும் நிழலில் நனைந்தவாறு அவர் தூரத்தில் இந்த ரோடு முனையில் சென்று மறைவது வரை, இங்கே இப்படி நின்றுகொண்டு பார்த்து விட்டுத்தான் கதவைத் தாழிட்டுக்கொண்டு உள்ளே போவேன். மத்தியானம் சாப்பிட வரும்போதும், சாப்பிட்டு விட்டுத் திரும்பிச் செல்லும்போதும், எல்லாம் இதே நாடகம் இதே லயத்தில் இங்கே ஆவர்த்தனமாகிக் கொண்டிருந்தன.

இப்போது...

அதே ரோடு...

பாதசாரிகள்... கார்கள்...

நிற்கும் அதே நான்... அவர்?

மறுபடியும் உள்ளேவந்து சுவரில் சாய்ந்து உட்காருகிறேன்.

இந்த வீட்டின் ஒவ்வொரு மூலையிலும் வைத்து நிகழ்ந்த சின்னச் சின்ன நிகழ்ச்சிகள் மழைக்கால மேகங்களாய் என் சிரஸைத் தொட்டுக்கொண்டு ஓடி நடக்கின்றன.

மௌனமாய் பரிவுடன் உற்று நோக்கும் அவர்... செவிப் புலன் மேலும் மேலும் கூர்மையாகியும் தேவீ... என்ற அந்த அடக்க மான அழைப்பு என் சித்தத்தில் கேட்கவில்லை.

கன்னியாய் இருக்கையில், பக்கத்தில் எனக்காகப் பிறந்திருந்த இவரை இனம் காண இயலாமல், ஊரெல்லாம் எனக்கு மாப்பிள்ளைத் தேடிக் களைத்து, இறுதியில் இவரைக் கைப் பிடித்தது...

ஒரு தடவை பெரியம்மை கண்டு, அக்கினி நட்சத்திரத்தின் ஆரத் தழுவலில் என்னை மறந்து கிடக்கையில், முகமில்லா நாலு பேர் தோள் தாங்கி என்னைத் தூக்கி ஆதியந்தமில்லாத உலகப் பெருவெளியில் அமிழ்ந்து சென்றுகொண்டிருந்த, கனவில்லை என்று உணரும் ஒரு நினைவு மிரட்சி...

‘தேவகீ... மணி மூணு இருக்கும்... காப்பி போடட்டுமா?’

அம்மா கேட்கிறாள்.

நான் பதில் சொல்லவில்லை. அம்மா பதிலை எதிர்பார்த்திருக்க மாட்டாள். அவளுக்குத்தான் தெரியுமே இன்று எனக்கு மௌன விரதம் என்பது.

அம்மா எழுந்து சோம்பல் முறித்துவிட்டுக் கொட்டாவி விட்டவாறு சமையலறைக்குச் சென்றாள்.

23.03.1974

தீபம் 4/1974

19

களவியல்

அவன் ஸ்தம்பித்து நின்றான். காலிங் பெல்லை அழுத்த உயர்ந்த கரம் அப்படியே அந்தரத்தில் நிற்கிறது. தன் காலின் கீழ் பூமி விலகிவிட்டதுபோல்...

சாத்திக் கிடந்த கதவிடுக்கிலிருந்து நூல் வரிசையாய்க் கீழே விழுந்து கிடக்கும் மங்கிய விளக்கு வெளிச்சம். முற்றத்தில் தலையாட்டிக்கொண்டிருக்கும் மேரி கோல்ட் பூக்கள்.

அவன் சுதாரித்துக்கொண்டு மெல்லப் போர்ட்டிக்கோவில் கிடக்கும் காரைப் பிரதட்சணம் வைத்து, வீதியில் இறங்கினான்.

இருளை ஒளி தழுவி நிற்கும் மூவந்தி நேரம். நீரிலிருந்து எடுத்தெறியப்பட்ட மச்சமாய் அவன் நெஞ்சுக்குள் ஒரு படபடப்பு...

மீண்டும் மீண்டும் செவியில் அந்த வார்த்தைகள் ஆவர்த்தனமாகி மனசை அலைக்கழித்துக்கொண்டிருக்கின்றன.

நிசப்தமாய்க் கிடந்த வீடு... இரு பக்கத் தோப்புகளில் அடங்கி நிற்கும் மரங்களின் கிளைகள் ரோட்டின் நடுவில் மேலே கை கோர்த்து ஆட்டம் போட, கீழே தார் ரோட்டில் உதிர்ந்து கிடக்கும் சருகுகள்... மணமில்லாத ஊதா நிறப் பூக்கள்... இருளின் நிழல் மண்டிக் கிடந்ததால், காலம் இங்கே அசேதனமாகிவிட்டது போல...

அங்குமிங்கும் முன் வாசல் கதவு எப்போதும் சாத்திக் கிடக்கும் ஒரு சில ஒற்றைப் பங்களாக்கள்...

மப்பும் மந்தாரமும் நிறைந்து ஒருவித அசாந்திக்கு ஆட்பட்டுப் போய்க்கொண்டிருக்கும் நெஞ்சம்...

சற்றுமுன் சீதாபதி சாரின் வீட்டுக்குள்ளிருந்து, செவியில் சொல்வதுபோல் மிக மிக அடக்கமாய்க கேட்ட அந்தக் குரல் ஸிந்துவுடையதுதானா?

அவனால் நம்ப முடியவில்லை. இன்று காலை பதினொரு மணிக்கு ஆபீஸில் வைத்து அவள் தன்னிடம் சொன்னது என்ன, இப்போ இங்கே...

அவனுக்கு வியர்த்துக் கொட்டியது. ஒரு சோக கானத்தின் முணுமுணுப்பாய் அவனைத் தழுவிக்கொண்டு ஓடியது. தென்றல்... வெளிறிப்போய்த் தெரியும் வானம்...

எவ்வித முன்னறிவிப்புமின்றிப் பெய்யும் மழைபோல் திடும் திடும் என்று சம்பவிக்கும் நிகழ்ச்சிகளை மூளையில் அலச முடியாமல், அவன் இதய பாரம் அழுத்தியது.

மனசில் மீண்டும் மீண்டும் ஸிந்துவின் ரகசியமான குரல்...

ஏதோ ஒரு ஜென்மத்தில் நடந்ததுபோல் ஒரு காட்சி...

ஆரம்பப் பள்ளியின் வகுப்பறை. மூன்றாம் வகுப்பா, நான்காவது வகுப்பா என்று சரியாகத் தெரியவில்லை. கரும் பலகையில் சாக்குக் கட்டியால் என்னவோ எழுதிப் போட்டுவிட்டு, 'எல்லோரும் நோட் புஸ்தகத்தில் பார்த்து எழுதுங்கள்' என்று உத்தரவு போட்ட பின், பிரம்பை மேஜைமீது சாட்சியாய் நிறுத்தி, நாற்காலியில் தூங்கி வழிந்துகொண்டிருக்கும் கோதண்ட ராமய்யர் சார்.

முன்னால் குறுக்கிலும் நெடுக்கிலும் கிடக்கும் பெஞ்சிகளில் நெருக்கியடித்துக்கொண்டு சிறுவர்கள், சிறுமிகள்...

முதல் வரிசையில் குறுக்கே கிடந்த பெஞ்சியில் இடது முனை யில் இவன். பிடிக்கு அகப்படாத ஒரு இஞ்சு நீளமே இருந்த காப்பிங் பென்சிலை - அதில் முனை வேறு தீர்ந்து விட்டதால் அடிக்கடி நாக்கு நுனியில் நனைத்து, நாக்கையும் நோட் புக்கில் அழுத்தி இழுக்கும் எழுத்தின் கோடுகளையும் ஊதா நிறமாக்கி - கருமமே கண்ணாயிருந்தான். இடப் பக்கம் நெடுகில் கிடந்த பெஞ்சியில் ஸிந்து, தலையில் இரட்டை ஜடைப் பின்னலுடன்

ஒரு முயல் குட்டியைப்போல் உட்கார்ந்துகொண்டிருக்கிறாள். அவள் கையில், சுற்றிலும் ஆடு, மாடு, சிங்கம், புலி, யானை முதலிய மிருகங்களின் படம் போட்டிருந்த ஒரு மஞ்சள் நிற அழகான பெரிய பென்ஸில். பென்ஸிலின் கீழ் முனையில் பொன்னிறப் பூண் போட்டு ரத்த நிறத்தில் ஒரு துண்டு ரப்பர் துருத்திக்கொண்டு நிற்கிறது.

இவன் நோட் புக்கில் அங்கங்கே ஊதா நிறக் கோடுகள் விழும் அதிசயத்தைச் சற்று நேரம் வைத்த விழி வாங்காமல் பார்த்து விட்டு ஸிந்து கேட்டாள்: 'டேய் ரதீஷ். உன் பென்ஸிலை எனக்குத் தருவியா... பதிலுக்கு என் பென்ஸிலை உனக்குத் தாறேன்...'

அதைக் கேட்டபோது இவனுக்கு உள்ளுக்குள் சபலம்தான். ஆனால், ஒரு பயம்.

'வேண்டாம், சார் அடிப்பார்...'

'இல்லேடா, எனக்கு அந்த உன் பென்ஸில் வேணும், நல்ல நிறமா எழுதறது' என்று சொல்லி அவன் கையிலிருந்த அந்தப் பென்ஸில் துண்டைப் பிடுங்கிக்கொண்டு, அவள் பென்ஸிலை அவன் கையில் திணித்தாள்.

மனசில் பயம் ஆயிரம் சிறகுகளால் அழுத்த, ஒரு விதக் குறுகுறுப்போடு அவன் அந்தப் பெரிய பென்ஸிலைக் கையில் வைத்து அதிசயமாய்ப் பார்வையிடத் தொடங்கினான். பக்கத்தில் இருந்த பயல்கள் 'இதோ குரங்கு, சிங்கம், பசு, மாடு' என்று பென்ஸிலை அங்குமிங்கும் புரட்டிப் பார்க்க நான் நீ என்று போட்டி... ஒரே கும்மாளம்...

இந்தக் களேபரத்தில் கோதண்டராமய்யர் சார் துயில் கலைந்து நெற்றிக் கண்ணைத் திறக்கிறார். முதலில் அவர் விழிகளில் பட்டது முன் வரிசைப் பெஞ்சியில் பென்ஸிலும் கையுமாய் பரக்கப் பரக்கப் பார்த்துக்கொண்டிருக்கும் ரதீஷ்தான்.

'டேய்... ரதீஷ்... என்னடா அங்கே அமர்க்களம்? எழுந்திரிச்சு நில்...' என்று விட்டு அவர் பிரம்பைக் கையில் எடுத்துக்கொண்டு இவனை நோக்கி ஓடி வருகிறார்.

இவன் நடுநடுங்கியவாறு எழுந்து நிற்கிறான்.

அப்போது, ஸிந்து பக்கத்தில் உட்கார்ந்திருந்த கீதா, 'ஸார், அது ஸிந்துவின் பென்ஸில் ஸார்' என்று சொன்னாள்.

கோதண்டராமய்யர் சார் நரசிம்ம மூர்த்தியாகி விட்டார்.

'என்னடா இது... பென்ஸிலை அந்தப் பெண்ணுகிட்டே இருந்தா திருடினே?' என்று பிரம்பால் ஒரு விளாசு.

சுரீரென்று விழுந்த அடியில் இவன் புழுவாய்த் துடித்தான். பயத்தால் நாக்கு தொண்டைக்குள் ஒட்டிக்கொண்டுவிட்டது.

'சார்... சார்... அடிக்காதீங்க சார். நான் திருடல்லே சார். அவதான் தந்தாள் சார்' அழுகையின் இடையில் விக்கி விக்கி இவ்வளவும் எப்படியோ சொல்லி முடித்தான்.

இப்போது ஸிந்துவை நோக்கி, 'என்ன ஸிந்து, நீயா கொடுத்தே?' என்று சார் அதட்டிக் கேட்கிறார். அவர் கையில், எந்நேரமும் பாயத் தயாராகிப் பிடரியைக் குலுக்கிக்கொண்டு நிற்கிற பிரம்பு.

ஸிந்துவின் முகம் வெள்ளைக் காகிதத்தைப்போல் வெளிறிப் போய்த் தெரிகிறது.

'ஆமா சார். நான்தான் என் பென்ஸிலை இவனுக்குக் கொடுத்து விட்டு பதிலுக்கு அவன் பென்ஸிலை வாங்கிக் கொண்டேன்' என்று அவள் சொல்லுவாள் என்று எதிர்பார்த்துக் கொண்டு அவளையே பரிதாபமாய்ப் பார்த்தவாறு நிற்கிறான் அவன். அவள் கையில் இப்போது, தன் பென்ஸில் துண்டைக் காண வில்லை. ஒரு தடவைகூட கோதண்டராமய்யர் சார் அலறுகிறார்.

'என்னடீ... நீதான் கொடுத்தியா?'

ஸிந்து பதில் எதுவும் சொல்லவில்லை. அவள் முகத்தில் ஒரு மிரட்சி, தலையை இடது பக்கத்தில் இருந்து வலது பக்கத்திற்கு ஒரு தடவை ஆட்டுகிறாள்.

இப்போது ரதீஷ்மீது அவர் பாய்கிறார். 'பிளடி ராஸ்கல்... திருடினதுமில்லே, அவள்தான் கொடுத்தாள்னு பொய் வேறே சொல்றியா? உன்னை என்ன செய்கிறேன் பாரு...'

பிறகு அவன் கதறக் கதற அவர் பிரம்பு அவன் பிஞ்சு உடம்பில் எங்கெல்லாமோ விழுந்து பிடுங்குகிறது. பென்ஸிலை அவன் கையிலிருந்து பிடுங்கி ஸிந்துவின் கையில் கொடுக்கிறார்...

ஒரு கார் பின்னாலிருந்து அவனைத் தொட்டுருமிக் கொண்டு செல்கிறது. ரோடில் சருகுகள் எழும்பி நாலா திசைகளிலும் பறந்து மெல்ல மெல்ல அடங்கியது.

இப்போது வீதியில் இருள் முழுசாய் ஆக்கிரமித்துக்கொண்டு விட்டிருந்தது. அங்கங்கே கண் சிமிட்டும் சாலை விளக்குகள்... வானில் தேய் பிறை...

ஹூம். ஸிந்து இப்போ எவ்வளவு அனாயாசமாகத் தன் மேலதிகாரியிடம் அவனைப்பற்றிச் சொல்கிறாள்...

மீண்டும் மனசில் ஒரு மின்னல்.

பி.எஸ்.ஸி. இறுதியாண்டு தியரி கடைசிப் பரீட்சை முடிந்த நாள்.

'என்ன ரதீஷ்... பரீட்சை எல்லாம் எப்படி?' ஸிந்து இவனிடம் கேட்டாள்.

'உம் பரவாயில்லே.'

'எதுக்குப் பொய் சொல்றே? நீ என்னா என்னைப்போல் மக்கா? ஜமாய்த்திருப்பே...'

இவன் பதிலெதுவும் பேசவில்லை. மனசுக்குள் காரணம் தெரியாத ஏகாந்த உணர்வுகள்.

'பீச்சுக்குப் போவோமா?' ஸிந்துதான் கேட்டாள். அவள் விழி களில் ஒரு ஏக்கம்.

'இல்லை ஸிந்து. எனக்கு அடுத்த வரம் பிராக்டிக்கல் பரீட்சை இருக்குது. படிக்கணும்...'

'உனக்கு எப்போ பார்த்தாலும் படிப்புத்தான்...' அவள் எரிந்து விழுந்தாள்.

இவன் விடைபெற்றுக்கொண்டு திரும்பியபோது, 'ரதீஷ், நான் நாளைக்கு ஊருக்குப் போய்விடுவேன். இனி நாம் என்னைக்குச் சந்திக்கப் போகிறோமோ; மறுக்காதே... உனக்கு... உனக்கு என்னுடைய பரிசு இது...' என்று பெருமூச்செறிந்தவாறு, அவள் கையில் கிடந்த சதுரக் கைக்கடியாரத்தை இவன் கையில்

கட்டினது பாதி கட்டாதது பாதியாக விடுவிடுவென்று நடந்து மறைந்து விட்டாள்.

ஒரு கணம் இவன் விக்கித்துப்போய் நின்றான். மனசில் பழைய நினைவுகள். அன்று பென்ஸில் விவகாரத்திலும் இப்படித்தானே? சே, அன்று அவள் வேண்டுமென்றே அப்படி நடந்து கொண்டிருக்க மாட்டாள். கோதண்டராமய்யர் சாரின் பிரம்புக்குப் பயப்படாமல் யாராவது இருக்க முடியுமா? ஏனோ அவளைத் தன்னால் வெறுத்து ஒதுக்க முடியாத - நிராகரிக்க முடியாத ஏதோ ஒன்று தன்னை அவள்பால் ஆகர்ஷிப்பதுபோல்...

அப்படியென்றால் அவள்தான் கடற்கரைக்குக் கூப்பிட்டாளே. கூடப் போயிருக்கலாமே...

தன் கோழைத்தனத்தை உள்ளுக்குள் சபித்தவாறு அவன் விடுதிக்குத் திரும்பினான்.

அடுத்த வாரம் பிராக்டிக்கல் பரீட்சை செய்து கொண்டிருக்கும் போது திடீரென்று லாபரட்டரியில் பியூன் வந்து பிரின்ஸிபால் அவனை அவசரமாய்க் கூப்பிடுவதாய் அறிவித்தான்.

மனசில் ஒரு தடுமாற்றம். படபடக்கும் நெஞ்சுடன் பிரின்ஸி பாலின் அறைக்குச் செல்கிறான்.

அங்கே ஒரு போலீஸ் இன்ஸ்பெக்டர்.

பிரின்ஸிபாலின் பார்வை ஏற இறங்க அவன்மீது மேய்ந்து கடைசி யில் இவன் இடக்கை மணிக்கட்டில் வந்து நிலைக்கிறது.

'இந்தக் கைக்கடியாரம் ஏது?'

இவன் திடுக்கிட்டான். கண நேரம் மௌனம். பிறகு சொன்னான்.

'ஸிந்து தந்தாள்...'

'அவள் தந்தாளா... இல்லை நீ திருடினாயா?'

இவன் முகத்தில் ரத்தம் கும்மெனப் பிரவாகித்தது.

சப் இன்ஸ்பெக்டரின் கையில் ஒரு கடிதம் இருந்து படபடக் கிறது.

'ஸிந்துவின் அப்பா வேதமூர்த்தி புகார் செய்திருக்கிறார். அவர் மகளின் கைக்கடியாரம் திருட்டுப் போயிட்டதுண்ணு...'

நிஜத்தை எப்படிச் சொல்லி அவர்களை நம்ப வைப்பது என்று தெரியாமல் திருதிருவென்று விழித்துக்கொண்டு நிற்கிறான் அவன். கடைசியில், கொஞ்சம் நேரம் கேள்விக் கணைகளால் குடைந்தெடுத்தபின், பிரின்ஸிபால் சொன்னதன் பேரில், ஒரு எச்சரிக்கையோடு, கைக்கடிகாரத்தைக் கழற்றி வாங்கிவிட்டு அனுப்பினார் இன்ஸ்பெக்டர்...

எதிரிலிருந்து ஒரு ஆட்டோ ரிக்ஷா கர்ண கடூரமாய்க் கத்தியவாறு அவனைக் கடந்து செல்கிறது. மறுபடியும் சருகுகள் காற்றில் குதித்து எழுந்து அடங்கின. வானில் நட்சத்திரப் பூக்கள்.

அதன் பிறகு, பத்து ஆண்டுகளுக்கு ஸிந்துவை அவன் பார்க்கவே இல்லை. பிறகு வேறு என்னவெல்லாமோ கோர்ஸ் பாஸாகி, எங்கெல்லாமோ வேலை பார்த்துவிட்டு, இரண்டு மாதங்களுக்கு முன் இந்த ஆபீஸில் வேலை மாற்றலாகி வரும்போதுதான் ஸிந்துவை மீண்டும் பார்க்கிறான்.

அடிக்கடி ஃபைல்களுடன் இவன் அறைக்கு வந்து கையொப்பம் வாங்கிச் செல்வாள்.

செக் புத்தகத்துடன் அக்கவுண்டு பதிவேடுகளுடன் வருவாள்.

ஓரிரு தடவை காரியாலய சம்பந்தமில்லாது அவள் என்னவோ தன்னிடம் பேச எத்தனித்தபோது, இவன் சாதுரியமாகப் பேச்சை ஆபீஸ் காரியங்களுக்கே திருப்பி விட்டான். அப்படி மிகுந்த எச்சரிக்கையோடுதான் இருந்தான் அவன்.

அவள் சற்றுமுன் சொன்ன வார்த்தைகள்...

இன்று ஆபீஸில்...

காலை பதினொரு மணி இருக்கும்.

'சார் மூணு கம்பெனிகளுக்குத் தொண்ணூறு சதவிகித அட்வான்ஸ் பேமண்டு கொடுக்க வேண்டி இருக்குது. ஆனால், ஆர்.ஆர். இன்னும் நம் கைக்கு வந்து சேரவில்லை. தபாலில் அனுப்பியிருப்பதாக இப்போதான் டெலிகிராம் வந்திருக்குது. இந்த பட்ஜெட்டில் உட்படுத்தப்பட்டிருக்கும் தொகை இது.

இன்றோடு இந்தப் பினான்ஷியல் இயர் முடிகிறதல்லவா. அதனால் ஒரு செல்ப் செக் எழுதி பாங்கியிலிருந்து காஷ் எடுத்து வெக்காட்டி, சரியான சமயத்தில் பேமண்டு கொடுக்க முடியாது; சாமான் எடுக்கும்போது டெமரேஜ் கொடுக்க வேண்டி வந்து விட்டால், நாம்தான் பதில் சொல்லியாகணும்.'

அவள் சொல்லிக்கொண்டே போனாள். இவன் மூளை சூடு கொண்ட பூனையாகப் பதுங்கிக்கொள்கிறது.

'அதெப்படி முடியும்?'

'சார், இதில் பயப்பட ஒண்ணும் இல்லை. எல்லா ஆண்டு இறுதியும் இங்கே இதே வழக்கம்தான்.'

அவளைத் தலை உயர்த்திப் பார்த்தான். அவள் விழிகளைப் பார்க்கும்போது, அதை நம்பாமல் எப்படி இருக்க முடியும் என்ற ஒரு கசிவு இவன் நெஞ்சுக்குள்... இது ஏன்?

'எத்தனை ரூபாய் இப்போ ட்ரா பண்ணி வைக்கணும்?'

அவள் சம்பந்தப்பட்ட ஃபைலையும் மற்றத் தஸ்தாவேஜு களையும் பரிசோதனை செய்துவிட்டு, 'நாற்பத்தி ஐயாயிரத்தி இருநூற்று எழுபத்தியொரு ரூபாய் அறுபத்தி அஞ்சு பைசா சார்...' என்றாள்.

'எதுக்கும் டைரக்டரைக் கூப்பிட்டுக் கேட்டுவிடுகிறேன்...' என்று அவன் போனைக் கையில் எடுத்தபோது 'சீதாபதி ஊரில் இல்லை. டூர் ரிப்போர்ட் வந்ததே... இன்னிக்குச் சாயந்திரம்தான் வருவார் போலிருக்கு. அதுக்குள்ளே பாங்க் டயம் முடிந்து விடும். உங்களுக்குத்தான் செக் டிராயிங் பவர் உண்டாமே. பிறகென்ன...? சார் இதில் பயப்பட ஒண்ணும் இல்லை. நான் வேண்டுமானால் மாலையில் வீட்டுக்குப்போகும் வழியில் சீதாபதி சாரிடம் சொல்லிக்கொள்கிறேன்' என்று கூறியவாறு செக் புக்கையும் பைலையும் அவன் முன்னால் மேஜைமீது வைத்தாள்.

'சரி, சரி காஷ் சேப்பா இருக்கணும்... வவுச்சர் எங்கே?'

'ஆர்.ஆர். இன்னம் வரல்லையே சார். ஒரு ஸர்ட்டிபிக்கேட் ஆப் பேமண்டு எழுதி வைத்துப் பாஸாக்கியிருக்கிறேன்.'

இவன் மனம் மறுபடியும் அலை பாய்ந்தது. இவளை நம்ப லாமா?

பள்ளியில்...?

கோதண்டராமய்யர் சாரின் பிரம்பைப் பயந்து அப்படி மௌனம் சாதித்திருக்கலாம்.

காலேஜில்...?

அவள் அப்பா விஷயம் அறிந்து வேண்டுமென்றே தன்னையும் அவளையும் பிரிக்கத் திட்டம் போட்டு அப்படி வேலை செய்திருக்கலாம்.

அவளை ஒருதடவைகூட ஏறெடுத்துப் பார்த்தான்... இந்த விழிகளை எப்படி நம்பாமல் இருக்க முடியும்? இவளை நம்பி மோசம் போவதில்கூட ஒரு...

செக்கில் கையெழுத்தைப் போட்டுவிட்டு அவளிடம் கொடுத்தான்.

மாலையில் வீட்டுக்கு வந்து படுத்திருக்கும்போது, மனசில் மறுபடியும் மறுபடியும் நிறை மாத கர்ப்பச் சிசுவைப்போல் அந்த உறுத்தல், மீண்டும் தான் ஏமாற்றப்பட்டு விட்டோமோ என்று. ஒன்றில் பிழைத்தால் மூன்று என்பதைப்போல், இப்போது மூன்றாவது முறையாக இதில் தான் அகப்பட்டுக்கொண்டு விட்டால், இனி என்ன வேண்டுமானாலும் சம்பவிக்கலாம். தன் வாழ்வே பாழாகி விடலாம். ஒன்றிரண்டு ரூபாயா, முழுசாய் நாற்பத்தி ஐயாயிரத்துச் சொச்சம்.

அவனால் படுத்திருக்க முடியவில்லை. 'வெளியே போய்விட்டு வருகிறேன்' என்று மனைவி பரிமளாவிடம் சொல்லிவிட்டு, சீதாபதி சாரின் வீட்டுப் பக்கமாய் வந்தபோது, அவர் கார் போர்ட்டிகோவில் கிடப்பது தெரிகிறது... அவர் வந்து விட்டிருக்க வேண்டும். எதுக்கும் நடந்ததை அவரிடம் சொல்லி கிளாரிஃபை பண்ணி விடுவோம் என்று அணுகியபோது...

'பள்ளியில் பென்ஸில் திருடினான். காலேஜில் கைக்கடியா ரத்தைத் திருடினான். இன்று ஆபீஸில்...'

அதை நினைக்க நினைக்க அவன் உடம்பு உதறல் எடுத்தது. இதற்குள் விஜிலன்ஸுக்கோ, ஆண்டி கரப்ஷனுக்கோ ரெஃபர் பண்ணியிருப்பாரோ என்னமோ. அப்படியென்றால், தான் எந்த நேரத்திலும் கைது செய்யப்படலாம்.

இவனுக்கு மறுபடியும் வியர்த்தது.

நெஞ்சம் முழுவதும் ஸிந்துவின் விஸ்வரூபம்.

எதிரில் ஒரு டாக்ஸி வருகிறது... என்னவோ ஒரு தீர்மானத்திற்கு வந்தவனைப்போல் அவன் கை காட்டி டாக்ஸியை நிறுத்தினான். உள்ளே ஏறி உட்கார்ந்து கொண்டு பாண்ட்ஸ் ஜேபியிலிருந்து கைக்குட்டையை எடுத்து முகத்தை அழுத்தித் துடைத்து, முகத்தில் ஒரு சாதாரண பாவத்தைத் தோற்றுவிக்க முயற்சித்த வாறு டிரைவரிடம் ஸிந்துவின் முகவரியைச் சொன்னான். டிரைவர் அவனை ஒரு மாதிரிப் பார்ப்பதைக் கவனிக்காதது போல் இவன் உட்கார்ந்துகொண்டான். மணி ஒன்பது ஆகிக் கொண்டிருந்தது.

டாக்ஸி நின்றது. அதை அனுப்பி விட்டு, அந்த வீட்டு நடைக்கு வந்து கதவைத் தட்டினான். சற்று நேரத்தில் கதவைத் திறந்த ஸிந்துவின் முகத்தில் அவனை அப்போது சற்றும் எதிர்பார்த் திராத ஆச்சரியக் குறி...

அவன் ஒன்றும் பேசாமல் வீட்டுக்குள் நுழைந்தான். அவள் சொல்லுமுன் அங்கே கிடந்த நாற்காலியில் உட்கார்ந்து கொண் டான்.

நிதானமாய் ஒரு சிகரெட்டை எடுத்துப் பற்ற வைத்து இழுத்து விட்டுக் கேட்டான்.

‘வீட்டில் வேறு யாரும் இல்லையா?’

‘அவர் கிளப்புக்குப் போய் இருக்கிறார்.’

‘எப்போ வருவார்?’

‘சாதாரணமாக ராத்திரி அவர் வீடு திரும்புவது இல்லை...’

‘குழந்தைகள்?’

‘தூங்கி விட்டாங்க...’

ஒரு சில விநாடிகள் மௌனம்.

‘சரி’ என்று விட்டு அவன் எழுந்துபோய் வெளிக் கதவை அடைத்து உள்ளிருந்து தாழிட்டுவிட்டு ஸிந்துவை நோக்கித் திரும்பினான்.

25.04.1974

குமுதம் 16.05.1974

20

நைவேத்தியம்

கை நீட்டினால் தொட்டுவிடமுடியும் அளவுக்குப் பக்கத்தில் வந்துவிட்டதைப்போன்ற விரிந்த வானம்.

அதிகாலையில் குனிந்து நின்று தெரு மெழுகி விட்டு நிமிர்ந்த போது தலையில் இடித்த வானத்தை, எட்டாத உயரத்துக்குப் போய்த் தொலை என்று சபித்து விரட்டிய பொக்கை வாய்க் கிழவியின் கர்ண பரம்பரைக் கதை ஞாபகம் வர, வானத்தை வெறித்தபடி கோயில்முன் அரச மர மேடையில் மல்லாந்து கிடந்தார் லக்ஷ்மி நாராயணன் போற்றி.

இந்த வானத்தில் ஏன் இன்று இப்படி ஒரு இருள். சூன்யம்... விக்கிரகமோ, விளக்கோ இல்லாத கர்ப்பக் கிரகம்போல்...? பெயருக்குக்கூட ஒரு நட்சத்திரம் இல்லை. ரத்த சோகை பிடித்து முகம் வெளிறிப்போய் மேகங்களின் பின்னால் நின்று எட்டிப் பார்க்கும் சந்திரன்...

பக்கவாட்டில் வானளாவி நிற்கும் அரச மரம். அடிக்கடி கிளைகளைச் சிலிர்த்து அவரைத் தன்னுணர்வு வரச்செய்து கொண்டிருந்தது.

தூரத்தில் பாய்ந்து செல்லும் பதினோரு மணி ரயிலின் கூவல் தேய்ந்து மாய்ந்து கேட்டது.

அடைத்துக் கிடக்கும் கோயில் நடை... வெளியில் அங்கங்கே தூண்களுடன் ஒதுங்கி நிற்கும் ஓரிரு பாவை விளக்குகளின்

காலடியில் மட்டும் சிறைப்பட்டுக் கிடக்கும் வெளிச்சத் துண்டங்கள்... சுவர்களில் பூதாகாரமாய் எழும்பி ஆடிக் களிக்கும் நிழல்கள்... மற்றபடி இருள்...

அவர் பெருமூச்செறிந்தார்.

'ஹூம்... இன்னும் எடுக்கவில்லையாம்... மதுரையிலிருந்து கோமதியின் அண்ணா ராமண்ணா வரணுமாம்... உம்... எப்போ அவர் வந்து பிரேதத்தை எடுத்துக்கிட்டுப் போனபிறகு, நடையைத் திறந்து அம்மனுக்குப் புஷ்பாபிஷேகம் செய்யப் போகிறோமோ... இன்னிக்கு சிவராத்திரிதான்...' தலை மாட்டில், கொட்டுக்காரர் அண்ணாவி கனத்த குரலில் சொல்லிக் கொண்டிருந்தார்.

போற்றி பதில் எதுவும் பேசவில்லை. மேலே அரச மர உச்சிக் கிளையில் ஒரு நிழலாட்டம்... வௌவாலோ, ஆந்தையோ அல்லது வேறேதோ பறவை பறப்பதுபோல்... ஒருவேளை இதுதான் மரணமெனும் பட்சியோ...

அவர் விழிக் கதவுகளை மூடிக்கொண்டார். உச்சிப் பொழுதில் ஏற்பட்ட வெட்டுக் காயத்திலிருந்து என்பதைப்போல், துடைக்கத் துடைக்க விடாமல் கசிந்து நினைவுகளின் குருதித் துளிகள்...

இன்று மாலையில் சாயரட்சை பூஜைக்காகக் கோயில் நடை திறக்க வரும் போதிலிருந்தே உள்ளுக்குள்ளே காரணம் தெரியாத இந்தச் சோக வெறுமை... நெஞ்சில் கார்மேகப் படலங்கள் புகை மூட்டமாய் உருண்டு திரண்டு கொண்டிருந்தன. ஒரு கணம் தயங்கி நின்று விட்டு கர்ப்பக்கிரக மணிக் கதவைத் தள்ளியபோது சின்னச் சின்ன மணிகளின் கலீர் என்ற நகை ஒலியில்கூட ஒரு பொருள் பொதிந்த வெறுமை...

கனத்த இருளில், கட்டுப்பட்டுக் கிடந்த வாயுவில், மோன தபஸில் நின்ற அம்பாள் விழி திறந்து 'இப்போதான் வர்றியா?' என்று கேட்டு ஒரு புன்சிரிப்புப் பொழிவதுபோல்... நெடுஞ் சாண் கிடையாய் கீழே விழுந்து நமஸ்கரிக்கையில் 'அம்மா தாயே... எனக்கு நீயில்லாமல் வேறு யார் இருக்கா?' என்று எழுந்து சந்தியா பூஜைக்கான ஆயத்தங்களில் ஈடுபடலானார். காலையில் அம்மனுக்குச் சாத்தியிருந்த வாடிய புஷ்பங்களை

அகற்றிவிட்டு, அம்மனை நீராட்டி, திருவாபரணங்கள் பூட்டி, அலங்காரங்கள் செய்தார். இடுப்பில் பாய்ச்சியிருந்த தாரை ஒதுக்கி, உலர்ந்த குச்சி போலாகி விட்ட துடையில் திரிந்த திரியை விளக்கில்போட்டு, எண்ணெய் டின்னை தலை கீழாய்க் கவிழ்த்துக் கடைசி துளியையும் விளக்கில் விழச் செய்தார். விளக்கைக் கொளுத்தியபோது, எரிந்துகொண்டிருக்கும் அந்தத் திரிகூட தன்னைப்போலவே...

அம்மனின் விழிகளில் ஒரு பளபளப்பு... மனத்துக்குள் மறுபடியும் அந்தக் கார மேகங்கள் மழைக்காய்...

அறியாமல் தன் விழிகளும் பனிப்பதுபோல்...

அவர் விழிகள் கர்ப்பக்கிருக வாசற்படியில் தேடின. மனசுக்குள் முணுக்கென்று ஒரு உறுத்தல்... நான் இந்தக் கோயில் கைங்கரியம் செய்யத் தொடங்கிய இந்த ஐம்பது ஆண்டு காலமாய் நாள் தவறாமல் சாயரட்சை பூஜைக்குத் தெருவாசிகள் யார் மூலமாவது இதற்குள் இங்கே வந்து சேர்ந்து விடும். கோமு தன் கையால் கட்டும் துளஸி ஹாரத்தை இன்று ஏன் இன்னும் காணவில்லை என்று தன் மனம் அடித்துக்கொண்டது.

வெளியில் ஆவலுடன் தன் விழிகள் துழாவின. முதலில் அதை அம்மனுக்குத் தன் கையால் சார்த்தி விட்டுத்தான் மற்ற மலர்களின் பக்கம் திரும்பிப் பார்ப்பதே...

யாரோ ஓடி வரும் காலடியோசை.

கிட்டுதான்... கையில் வாழை இலைப் பொட்டலம் இல்லை. தனக்குத் திக்கென்றது.

'கோமுப் பாட்டி... கோமுப் பாட்டி.'

ஓடி வந்த வேகத்தில் அவனுக்கு மூச்சு இரைத்தது. அவனையே பார்த்துக்கொண்டு நிற்கத்தான் தன்னால் முடிந்தது. என்னா என்று கேட்கும் வலுவைக்கூட நாக்கு இழந்து விட்டதைப்போல்...'

'கோமுப் பாட்டி செத்துப் போனாள்...'

தான் சிலையாகி விட்டதைப்போல்...

பிறகு, கோயில் டிரஸ்டிமார்கள் வந்தபின்தான் தனக்கு தன்னுணர்வு வந்தது. ஒரு சுகக் கேடும் இல்லையாம்... சாயரட்சை பூஜைக்காக வழக்கம்போல் வீட்டு முற்றத்தில் துளஸி இலைகளைப் பறித்தெடுத்து வாழை நாரில் மாலை கட்டிக் கொண்டிருந்தாளாம். மாலையை வாங்கிக் கோவிலுக்குக் கொண்டுபோய் கொடுக்க அடுத்தகத்துக் கிட்டு பார்க்கும்போது...

பேச்சு மூச்சில்லை...

முதுகில் எறும்போ என்னவோ ஊர்வது போலிருந்தது. புது நெல்லின் மணத்தைச் சுமந்தவாறு வீசிய வாடைக் காற்றில் இடுப்பில் தார் மட்டும் பாய்ச்சியிருந்த அவர் வெற்றுடம்பு வேறு வெடவெடவென்று நடுங்கியது. திக்பிரமையிலிருந்து விடுபட்டு, எழுந்து உட்கார்ந்தார். கீழே மணலில் விரித்திருந்த துண்டை உதறி உடம்பில் போர்த்திக்கொண்டார். மனசுக்குள்ளிலும் சொருசொருவென்று எத்தனையோ சிற்றெறும்புகள் ஊர்ந்து கொண்டே இருக்கின்றன. அவற்றையும் இப்படி உதறி விலக்கி விடவா முடிகிறது...

தலை சுற்றிக்கொண்டே வந்தது. விழிகளை மூடியபோது, அடைத்துக் கிடந்த கோயில் நடையின் மறு பக்கத்தில் வெறிச்சோடிப் போய்க்கிடக்கும் பிரகாரம் - சிற்றம்பலம்... மோன நிஷ்டையில் ஆழ்ந்து கிடக்கும் விக்கிரகங்கள்...

கோயில் குளத்தில் இந்த அகால வேளையில் பனிக் கட்டிக் குளிரில் யார்தான் குளிக்கிறார்களோ... டொப் டொப்பென்று துணி துவைக்கும் சத்தம்... தூரத்தில் எங்கோ ஒரு ராக்குயிலின் ஒற்றை நெடுங்குரல்...

கோமு...

மனசுக்குள் பிடிக்கு அடங்காமல் வழுக்கி வழுக்கி வழுவிப் போய்க் கொண்டிருக்கும் நினைவு சர்ப்பங்கள்...

இதே அரச மர மேடையில் உதட்டு நுனியில் வெற்றிலைச் சாறு வழிய மணிக் கணக்கில் சிரிக்கச் சிரிக்க பேசிக் கொண்டிருப்பார் கோமுவின் அப்பா நரசிம்மன் போற்றி... குறைந்தது பத்துப் பேர்களாவது அவர் வாயைப் பார்த்துக்கொண்டு கீழே உட்கார்ந்திருப்பார்கள். அப்போதுதான் ஒரு நாள்; அப்போ தனக்கு எட்டு வயசிருக்கும்... கோமுவுக்கும் ஐந்து வயசு. தன்னை ஒரு துடை

யிலும், மற்ற துடையில் கோமுவையும் உட்கார வைத்து மேலும் கீழும் ஆட்டிக்கொண்டு, பக்கத்தில் நின்ற தன் அப்பாவுடைய - அப்போ அவர்தானே இந்தக் கோயில் அர்ச்சகர், 'விஷ்ணூ ... என்னிக்கு ஆனாலும் சரி... இவுங்க ரெண்டு பேரும்தான் புருஷனும் பெண்டாட்டியும்' என்று சொல்லிவிட்டு ஓஹோன்னு சத்தம் போட்டுச் சிரித்தார். பக்கத்தில் கோமுவின் அம்மாவும் அண்ணா ராமண்ணாவும் வேடிக்கை பார்த்துக் கொண்டு நின்றார்கள்.

கோயில் நந்தவனத்தில் நிற்கும் பவழ மல்லியின் மணம் நளினமாய் ஓடி வந்தது.

'உம்... புஷ்பாபிஷேகம் அதுவுமா இன்னிக்குப் பார்த்து இப்படி ஆயிட்டதே...' என்று அண்ணாவி முணுமுணுப்பது கேட்கிறது.

இவர் பதில் எதுவும் பேசவில்லை.

அன்றும் இப்படித்தான். ஒரு புஷ்பாபிஷேகத்தின்போது எத்தனை வருஷங்களுக்கு முன்...? குறைந்தது ஐம்பது வருஷ மிருக்காதா... சரியாக ஞாபகம் இல்லை... அப்போ தனக்குப் பத்து வயசிருக்கலாம்...

கூடை கூடையாய் புஷ்பங்கள்... நந்தியாவட்டை, ஜவந்தி, அரளி, தாமரை எல்லாம் நடுக்கல் மண்டபத்தில் அம்பாரமாய்க் குவிந்து கிடக்கும் காட்சி... தேங்காய்ப் பழத் தட்டு, பால், எண்ணெய் கிண்ணங்களுடன் நிறைந்து வழியும் பக்த ஜனங்கள்... மஞ்சள், சிவப்பு, பச்சை கோலப் பொடிகளால் களம் வரைந்து ஒவ்வொரு மூலையிலும் ஐந்து திரி போட்ட பதிமூன்று குத்து விளக்குகள் ஜாஜ்வல்யமாய் எரிந்து கொண்டிருந்தன.

நெற்றியில் விபூதிப் பட்டை, குடுமியில் செவ்வரளிப் பூ, காதில் குத்து விளக்குகளின் சுடர் பிரதிபலிக்கும் பத்துக் கல் கம்மல் - இந்தக் கோலத்தில் அப்பா ஒவ்வொரு புஷ்பமாய் எடுத்து அர்ச்சனை செய்துகொண்டிருந்தார். கூடமாட ஒத்தாசைக்கு நான்! நாதஸ்வரமும் தவிலும் சேர்ந்த மங்கள இசை வெள்ளம்... கோமு அருகில் உட்கார்ந்திருக்க, நரசிம்மன் போற்றி தனக்கே உரித்தான விபுடமான குரலில் பஜனை பாடிக் கொண்டிருக் கிறார். அவர் முகத்தில்தான் என்ன பக்திப் பரவசம்... கம்பீரம்... நெற்றியில் நிறைந்த விபூதியில் மின்னும் குங்கும வட்டம்...

அவர் பாடி நிறுத்தும் வரிகளை பக்த ஜனங்கள் சேர்ந்து பாடிக் கொண்டிருக்கிறார்கள்... எங்கெங்கும் பக்தி சைதன்யம் நிறைந்து நெகிழ்ந்து நிற்கும் அமர கணங்கள்...

திடீரென்று அவர் குரல் நின்றது. அவர் சொல்லி விட்ட கடைசி அடியை எல்லோரும் திரும்பத் திரும்ப உள்ளம் உருகப் பாடிக் கொண்டிருக்கிறார்கள்.

அவர் விழிகள் விழித்தபடி...

முகத்தில் அதே கம்பீரம்... பக்திப் பரவசம்...

அப்பா இதைக் கவனித்தார். கோவில் டிரஸ்டி ஆறுமுகம் அப்பாவின் பக்கத்தில் கலவரப்பட்டுக்கொண்டு ஓடி வந்து நரசிம்மன் போற்றியைச் சுட்டிக்காட்டி என்னவோ சொல்ல முயன்றபோது, அப்பா முகத்தில் ஒரு கண்டிப்புடன் ஆள் காட்டி விரலைத் தன் உதட்டின் பக்கம் கொண்டுசென்று, பேசாதிருக்க சைகை மூலம் சொல்லிவிட்டு, இன்னும் அக்ஷர சுத்தமாய் ஒரு வித உணர்ச்சிப் பரவசத்தால் நடுங்கும் குரல் வன்மையுடன் ஸ்லோகங்களை உரக்கச் சொல்லி அர்ச்சனையைத் தொடர்ந்து கொண்டிருந்தார்.

கடைசியில் புஷ்பாபிஷேகம் முடிந்து கற்பூர ஆரத்தி நரசிம்மன் போற்றியின் முகத்தில் நேர் வந்தபோதுதான்....

எல்லோருக்கும் புரிந்தது...

'புண்யாத்மா... யாருக்குக் கிடைக்கும் இப்படிப்பட்ட சாவு...?' என்று மெய் சிலிர்த்துப்போய்ப் பேசிக்கொண்டார்கள் ஊர்க்காரர் கள்.

எல்லாம் நேற்று நடந்தது போலிருக்கிறது... நரசிம்மன் போற்றி யின் சாவு அப்பாவைப் பெரிசாய்ப் பாதித்துவிட்டது... பிறகு அவரும் அதிக நாட்கள் இருக்கவில்லை.

இப்படித்தான் கோயில் நித்ய பூஜைப் பொறுப்பு மிக இளமை யிலேயே தன்னை வந்து சேர்ந்தது.

பிராயம் ஆக ஆக, மன வெளியில் நரசிம்மன் போற்றி, அப்பா மறைந்த நினைவுக்காட்சிகளில்கூட கோமுவின் தெளிந்த நீரோடை போன்ற முகமும்... முற்றத்தில் செழித்து வளர்ந்து

நிற்கும் துளஸிச் செடிகளின் இடையில் ஒரு புள்ளினமாய் அவளைக் காணும்போதெல்லாம், அன்றொருநாள் அவள் அப்பா தன்னையும் அவளையும் மடியில் வைத்துக்கொண்டு சொன்ன சொற்களை நினைத்து ஒரு கனவு மிரட்சி...

என்றும் தன் கையாலேயே கட்டிய துளஸி ஹாரத்துடன் கோமு சாய ரட்சை தீபாராதனைக்கு ஆலயத்துக்கு வரத்தொடங்கினாள். கர்ப்பக்கிரக வாசற்படியில் அவள் கொண்டுவந்து வைக்கும் மாலையை அம்மனுக்குச் சார்த்தி ஆராதனை செய்வதற்கிடையில், சில வேளைகளில் கண்கள் மட்டும் சம்மதத்திற்குக் காத்திருக்காமல் மோதிக்கொள்வதுண்டு... அவ்வளவுதான்.

ஒரு நாள் மாலை, மாலையுடன் அவள் கோயிலுக்கு வர விலலை. பிறகுதான் தெரிந்தது. அவள் பெரியவள் ஆகி விட்டாள் என்று.

அதோடு அந்த மௌனக் காட்சி நாடகத்திலும் திரை விழுந்து விட்டது... மாசத்தில் நாலைந்து நாட்கள் தவிர, மற்ற நாட்களில் சந்தியா பூஜைக்கு, தெருச் சிறுவர் சிறுமியர்கள் யார் மூலமாவது அவள் துளஸி மாலை அம்மனுக்கு வந்து சேர்ந்து விடும்.

அம்மனைச் சேவிப்பதில் நாட்கள் சென்றுகொண்டே இருந்தன. இருந்தும் சில கணங்களில் அம்மனை வழிபட்டுக் கொண்டிருக் கையில், பிரக்ஞை வெளியில் ஒரு ஞானோபாசனையாய் அவள் முகம் நிழலாடும். ஊமை கண்ட கனவாய், முடவன் ஆசைப் பட்ட கொம்புத் தேனாய் மனம் ஒரு சோக வெறுமையில் நிழல் கோலங்களைப் போட்டுப்போட்டு அழித்துக்கொண்டே இருக்கும்... அன்று அவள் அப்பா தன் அப்பாவிடம் சொல்லும் போது பக்கத்தில் கேட்டுக்கொண்டு நின்றிருந்த அவள் அம்மா வும் அண்ணாவும் இருக்கத்தானே செய்கிறார்கள்... தன் அப்பா வும் அவள் அப்பாவும் உயிருடன் இல்லாவிட்டாலும்... அவர் களுக்கு ஞாபகம் இல்லாமலா இருக்கும் என்று அடி மனசில் ஒரு நப்பாசை...

ஆனால்... அவர்கள் அப்படி அதை ஞாபகம் இருப்பதாகக் காட்டிக் கொள்ளவில்லை. ஒருநாள் திடும் திப்பென்று கோமுவின் கல்யாணம்... மாப்பிள்ளை தெருக் கோடியில் சாப்பாடு கடை நடத்தும் ராமபத்ரன்.

அரச மர பீடத்தைச் சுற்றிய நாக பிரதிஷ்டைகள் தன்னை உற்று நோக்குவதுபோல்... சரசரவென்று ஒரு சத்தம்... சாயந்திரம் யாரோ கொண்டுவந்து வைத்துவிட்டுப்போயிருந்த பால் நிறைந்த பாத்திரம் இப்போ காலியாகத் தென்படுகிறது...

ஹூம்... அந்த ராமபத்ரனும் இப்படி ஒரு ராத்திரியில் இந்த நாக பிரதிஷ்டையின் முன் வந்து விழுந்துதானே தன் கடைசி மூச்சை விட்டான்...

கோமுவின் கல்யாணம் தன் வாழ்க்கையில் ஒரு பேரிடியாக விழுந்தது. ஆனால், அம்மனின் தலையில் எல்லா மன பாரத்தை யும் போட்டுவிட்டு அடங்கிப் போய் விட்டோம். யார் யாரெல் லாமோ நிர்ப்பந்தித்தும் - அம்மாவுக்குத் தன் ஒரே பிள்ளை இப்படி ஒற்றை மரமாய் நிற்கிறானே என்று அவள் கடைசி மூச்சு வரைக்கும் ஒரே தாபம். தான் அசைந்து கொடுக்கவில்லை... இன்று வரை - இப்போ தனக்கு அறுபது வயசு. கல்யாணம் முதலிய லௌகிக பந்தங்களை அறவே ஒதுக்கி அம்மனைப் பணிவதிலேயே ஆயுளைக் கழித்துக்கொண்டிருக்கிறோம்...

கல்யாணம் கழிந்த புதிதில், ஒருமுறை கோமு அவள் புருஷன் ராமபத்திரனுடன் கோயிலுக்கு வழக்கமான அவள் துளஸி மாலை யுடன் வந்திருந்தாள். விம்மி வெதும்பிய இதயத்தை அடக்கி ஆண்டு, அம்பாளை நினைத்துக்கொண்டு மாலையைக் குனிந்து எடுத்து அம்மனுக்குச் சார்த்தும்போதும், பிரசாதத்தைக் கொடுக்கும்போதும் ராமபத்ரனின் விழிகள் தன்னைத் துகிலுரிக்கப் பார்ப்பதை உணர முடிகிறது...

அடுத்த நாள் பக்கத்து வீட்டுக்காரர்கள் சொல்லி, தன் செவியிலும் விழுந்தது. ராத்திரி அவளை அவன் அடித்து நொறுக்கினான் என்று.

அதோடு அவள் கோயிலுக்கு வருவது அடியோடு நின்று விட்டது. ஆனால், தெருக் குழந்தைகள் மூலமாய், மாலையில் துளஸி மாலை கொடுத்து அனுப்புவது நிற்கவில்லை.

ஒரு நாள் ராத்திரி...

வழக்கம்போல், கோயில் நடையை அடைத்து விட்டுப் படி இறங்கி, தான் இந்த அரச மரத்தின் கீழ் வந்ததும் -

அலறி அடித்துக்கொண்டு ஓடிவந்து இந்த நாக பிரதிஷ்டையின் முன் விழுந்த ராமபத்ரன்... திடுக்கிட்டு அவனைத் தூக்கி மடியில் கிடத்தி, விபூதியை மந்திரித்துப் போடுவதற்கிடையில், தெரு பூரா இங்கே கூடிவிட்டது... காலில் சர்ப்ப தர்சம்... அவன் தலை சரிந்துவிட்டது.

பக்கத்து அந்திச் சந்தையிலிருந்து காய்கறி வாங்கிக்கொண்டு வந்து கொண்டிருந்த அவன், கோயிலிலிருந்து கொஞ்சம் தூரத்தில் ஓடிக்கொண்டிருந்த வாய்க்காலில் இறங்கி, அதைத் தாண்டி, கரையிலிருந்த தாழம்பூ புதரின் அருகில் வந்ததும் இது சம்பவித்ததாகத் தெரிய வந்தது.

பிறகும்...

கோமு கோயிலுக்கு வருவதில்லை... துளஸி ஹாரம் மட்டும் தவறாமல் வந்துகொண்டிருந்தது.

இனி...?

தூரத்தில் கூ என்ற ரயிலின் ஓசை மெல்ல மெல்ல நெருங்கிக் கொண்டிருக்கிறது...

'ரெண்டு மணி ரயில் வருதே... ராமண்ணா இந்த ரயிலில் வருவானாக இருக்கும்... போய்ப் பார்த்துவிட்டு வருகிறேன்...' என்று கூறி அண்ணாவி எழுந்து சோம்பல் முறித்து விட்டுப் போகிறார்.

ஒரு மணி நேரம் கழித்துத் தெருவாசிகள் வந்து பார்க்கும்போது போற்றியின் உடம்பு விறைத்துப்போய்க்கிடந்தது.

12.06.1974

தீபம் 11/1974

21

பசி

வியர்த்து விறுவிறுக்க, ஒரு ஃபயர் என்ஜினாய் அவன் அவசரம் அவசரமாய் ஓடி வரும்போது, நகர பஸ் நிலையம் கூத்து முடிந்த கொட்டகையாய் வெறிச்சோடிப் போய்க் கிடந்தது.

சுள்ளென்ற வெயில்.

கைக்கடிகாரத்தைப் பார்த்தபோது மணி 9.35. சாதாரணமாய் அரை மணி நேரமாவது லேட் ஆகாமல் இந்த டெர்மினலை விட்டுக் கிளம்பி அறியாத பஸ் இன்று சமர்த்துப் பிள்ளையாய் குறிப்பிட்ட நேரத்துக்கே ஒழுங்காகப் போய்விட்டிருந்தது.

இனி பத்து மணிக்கு முன் அடுத்த பஸ் வரும் லட்சணம் இல்லை. அட்டடன்டன்ஸ் ரிஜிஸ்டரில் லேட் மார்க் விழும். ஒரு காஷுவல் லீவில் மூன்றில் ஒன்று நஷ்டம்.

அவனுக்குப் பாஸ்கரனை நினைத்துக் கோபம் கோபமாய் வந்தது. பால்ய கால நட்பை புதுப்பித்துக் கொள்ள, தன் வீட்டுக்கு அவன் விஜயம் செய்த பொன்னான நேரம்...! காலையில் இவன் அவசரம் அவசரமாய் - அன்று அல்லாமலேயே ஐந்து நிமிஷம் லேட், வியாழக்கிழமை, ஷேவிங் நாள், இவன் ஆபீஸுக்கு இறங்கும்போது, ஒரு கார் இவன் வீட்டின்முன்வந்து நிற்கிறது. காரிலிருந்து இறங்கியவனைப் பார்த்தபோது முதலில் இவனுக்கு அடையாளமே தெரியவில்லை. பள்ளியில் வாசிக்கையில் ஒடிந்து விழுவதைப்போலிருந்த பாஸ்கரன் எங்கே,

தொப்பையும் உருண்டு திரண்ட கை கால்களும், உடம்புமாய்க் காரில் வந்திறங்கும் இந்தப் பருமனான ஆசாமி எங்கே…

கடைசியில் புரிந்தது இப்போ பாஸ்கரன், பட்டணத்தில் அமர்க் களமாய் பிஸினஸ் செய்கிறானாம். சம்பை - உலர்ந்த மீன் வியா பாரம். இங்கே இருந்து லாரி லாரியாய் வரவழைத்து டின்னில் பேக் பண்ணி வெளி நாடுகளுக்கு அனுப்பி வைத்து அந்நியச் செலாவணி உண்டு பண்ணுகிறான். உலர்ந்த மீனை தூள் பண்ணி முதல் ரகம் இரண்டாவது ரகம் என்று கூறாக்கி, மனிதனுக்கு, மாட்டுக்கு எல்லாம் தீவனம் போடுகிறானாம். ரொம்ப ரொம்ப சந்தோஷம். ஆனால்… பாவி கார், பங்களா, பாக்டரி என்றெல் லாம் அவன் அருமை பெருமைகளை எல்லாம் ஒன்றுவிடாமல் சொல்லிக் கேட்கவைத்து, போகும் போக்கில் தன் காலை நேர பொன்னான பொழுதையும் அபகரித்துக் கொண்டுபோய் விட்டானே.

உள்ளுக்குள் அவனை கருவிக்கொண்டே இவன் அடுத்த பஸ்ஸுக்காகக் காத்து நின்றான்.

வீதியில் அவசரம் அவசரமாய் விரையும் மனித யந்திரங்கள்… இந்த வெயிலுக்குத்தான் அதுக்குள் என்ன உஷ்ணம்…

கீழே பத்திரிகைகள், புத்தகங்கள் கடை பரப்பி வியாபாரம் செய்து கொண்டிருக்கிறான் ஒரு பையன். புத்தகங்களை என்னடா இப்படி ஈ மொய்க்கிறது என்ற கூர்ந்து பட்டைகளைப் பார்த்த போது இவனுக்கு விஷயம் புரிகிறது.

பாம்பின் படம்போல் கை விரல்களைக் கூர்மையாய் கூப்பி ஒவ்வொருவரையும் கொத்திக்கொத்தி யாசகம் செய்து கொண்டிருக்கிறான் ஒரு கன்னங்கரிய முக்கால் அம்மண பிச்சைக்காரன்.

வளர்ச்சி குன்றி சூம்பிப்போன கால்களைக்கொண்ட தன் பெண்டாட்டியை உப்பு மூட்டையாய் முதுகில் சுமந்துகொண்டு நீட்டிய அவள் கைக்காக பிச்சை கேட்கிறான் இனியொருவன்.

ஒரு பஸ் வந்தது…

இவன் ஓடிச் சென்று போர்டைப் பார்த்தபோது அவன் பஸ் அல்ல.

இப்போ பஸ் ஸ்டாண்டில் கொஞ்சம் கொஞ்சமாய் ஆட்கள் சேர்ந்துகொண்டிருந்தார்கள். ஒரு கலகலப்பு…

இவனுக்கு எரிச்சலாக வந்தது. இன்னும் பஸ்ஸைக் காண வில்லையே, மணி 9.45…

ம்ஹ்யா

ஓ… ஓ… கப்ஷா…

பின் பக்கமிருந்து எழுத்து வடிவில் சிறைப்படுத்த முடியாத ஒரு சத்தம்.

திரும்பிப் பார்த்தபோது…

லாட்டரி டிக்கட் விற்பனை செய்யும் பெட்டிக் கடையின் பின் பக்கம், ஆள் கூட்டத்திலிருந்த விலகி ஒண்டியாய் தெய்வ மேண்ணு நிற்கும் சிவந்த தபால் பெட்டியின் வலப் பக்கம் அந்த பச்சைச் சட்டை தரித்த வாட்ட சாட்டமான கிழவன். முழங்கால் தெரிய உடுத்தியிருக்கும் நிறம் மங்கிப்போன லுங்கி, பரட்டைத் தலை, அடர்ந்த வெள்ளைத் தாடி… கை கால்கள் எல்லாம் வீங்கி தலையணைபோல் பொத்து பொத்தென்று…

விழிகள் வெள்ளை வெளேரென்று… பார்வை இருப்பதாய்த் தோன்றவில்லை.

சுளீரென்று அவன்மீது விழும் வெயில் வெள்ளை விழிகள் மேலே மொழுமொழுவென்று தெரிய, கையையும் காலையும் ஆக்ரோஷமாய் ஆட்டி, பல்வேறு உணர்ச்சி கொந்தளிக்கும் முகத்துடன், திக்கெட்டும் ஒலிக்க முழுத் தொண்டையில் எடுத் தெழுத முடியாத தொனி விசேஷங்களை எழுப்பி பிரவேசித்துக் கொண்டிருக்கிறான். என்ன மொழி என்று தெரியவில்லை.

ரோடில் போகிறவர்களும் வருகிறவர்களும் அவனை ஒருமுறை பார்த்துவிட்டு, அது ஒரு அன்றாட நிகழ்ச்சி என்று அவரவர் காரியத்தைப் பார்த்துக்கொண்டு விரைந்துகொண்டிருக்கிறார் கள்.

பஸ்ஸை இன்னும் காணவில்லை. வேறு செய்ய ஒன்றும் இல்லாததால் அந்தக் கிழவனைக் கவனித்துக்கொண்டு இவன் நின்றான்.

முன்னால் நின்று கேட்க ஒருவர்கூட இல்லாதிருந்தும்கூட, எவ்வளவு தீவிரத்துடன், தன் சக்தியை முழுதும் ஒன்று திரட்டி, கன்ன எலும்புகள் எழும்பி நிற்க, கழுத்து நரம்புகள் புடைத்துத் தெரிய முழுத்தொண்டையில் குரல் எழுப்பி அவன் பிரவாசகம் செய்துகொண்டிருக்கிறான்!

சுள்ளென்ற வெயிலில் அவன் சட்டை நனைந்து குளிர்ந்திருப்பது தெரிகிறது.

சே, பஸ்ஸை இன்னும் காணோமே...

லாட்டரிக் கடையின் பக்கம் நீங்கி நின்று ஒரு சிகரெட் வாங்கிப் பற்ற வைத்தான் இவன்.

இப்போது கையில் குடையுடன் அவசரம் அவசரமாய்ச் சென்று கொண்டிருந்த வெள்ளை வேட்டி, சட்டை அணிந்த ஒருவன் முகத்தில் இருந்த குறுந்தாடி, தலையிலிருந்த தொப்பியிலிருந்து அவன் முஸல்மான் என்று அவன் யூகித்துக் கொண்டான். பக்கத்தில் இருந்த பெட்டிக் கடையில் இருந்து பன்னும் பழமும் வாங்கி அவன்முன் கொண்டுவந்து வைக்கிறான். உரிமையோடு அவன் பக்கத்தில் இருந்த அஷ்டகோண அலுமினிய குவளையை எடுத்துக்கொண்டுபோய் குழாயில் இருந்து நீர் மொண்டு கொண்டுவந்து வைத்துவிட்டு அவன் பாட்டுக்கு அவசர அவசரமாய்ச் சென்று விடுகிறான்.

கிழவன் இதை ஒன்றும் சட்டை செய்ததாய்த் தெரியவில்லை. மேலும் மேலும் தொண்டை கிழிய திக்கெட்டும் முழங்க, கை கால்களை ஆட்டி ஒரு வித காரிய கௌரவத்துடன் அலறிக் கொண்டிருக்கிறான். அவன் பேசும் மொழி ஒரு வேளை அரபியோ, உருதுவாக இருக்குமோ... இப்போ இவன் மனசில் இப்படி ஒரு சந்தேகம்.

இவன் அந்தப் பக்கமே உன்னிப்பாகக் கவனிப்பதைப் பார்த்த லாட்டரி கடைக்காரன், 'சார்... அவர் ஆள் வெளியே பார்ப்பது போல் ஒண்ணும் இல்லே, பெரிய சித்தர்...' என்கிறான். அவன் குரலில் ஒரு பயபக்தி.

இவன் ஒன்றும் சொல்லவில்லை. அவன் அண்டம்கிடுங்க அலறுவதில் ஒரு எழுத்தைக்கூட தன்னால் புரிந்துகொள்ள முடியவில்லையே. யாரும் புரிந்துகொள்ள மெனக்கெடு

வதாகவும் தெரியவில்லை. இருந்தும் அதைப்பற்றியெல்லாம் கவலைப்படாமல், தான் இதுக்காக நியமிக்கப்பட்டவன் என்ற ரீதியில் அவன்பாட்டுக்குத் தன் கர்மமே கண்ணாயிருக்கும் அந்த ஆத்மார்த்தத்தை - சமர்ப்பண புத்தி இவனை என்னவோ செய்கிறது.

இத்தனை நேரமாகியும் கடுகளவுகூட கீழிறங்காமல் இவ்வளவு தூரம் ஓவென்று அலறி ஆகமம் செய்யும் மாசக்தி எங்கிருந்து இவனிடத்தில் பொங்கிப் பிரவகித்து வருகிறது?

பேசுவதை நிறுத்திவிட்டு, குனிந்து குவளையை இரு கைகளா லும் துழாவும்போது கிழவன் கையில் பன்னும் பழமும் தட்டுப் படுகிறது. இப்போ அவன் முகத்தில் திடீரென்று ஒரு உணர்ச்சித் தீவிரம்... பன்னைக் கையில் எடுத்து ஒரு கணம் சிலைபோல் அப்படியே நிற்கிறான். விழிகளின் அந்த வெண்மை வெயிலில் பளிச்சென்று தெரிகிறது. திடீரென்று, கன்னத்தில், விழியில், முகத்தில் எல்லாம் பளார் பளார் என்று அறையத் தொடங்கி னான்.

அறை விழுந்ததுக்கு மேலே மேலே மீண்டும் மீண்டும் அறை... அறை...

அறையென்றால்...

இப்படியொரு அறை, யாரும் யாருக்கும் கொடுத்திருப்பதை இதுக்கு முன்னால் இவன் பார்த்ததில்லை. அந்த அறையில், ஒன்றே ஒன்று தன் முகத்தில் விழுந்தால் அவ்வளவுதான் சுருண்டு விழுந்து விடுவோம் என்ற உணர்வு... இருந்தும் இந்த உதைகள் தன் முகத்திலேயே விழுவதுபோல்...

முகம் ரத்தமாய் சிவக்க, விழிகளிலிருந்து குபு குபுவென்று நீர் வழிய கிழவன் சரமாரியாய் அறைகளை முகத்தில் பொழிந்து கொண்டே இருக்கிறான்.

ஆத்ம பீடனமா...?

கடைக்காரன், அதுவும் அவன் வழக்கமான பிரவாசகத்தின் ஒரு பகுதி என்ற தோரணையில், தன் வியாபாரத்தைக் கவனித்துக் கொண்டிருக்கிறான்.

இவனால் சகிக்க முடியவில்லை.

‘ஏன் இப்படித் தன்னைத்தானே அடிச்சுக்குறான்’ இவன் கடைக் காரனிடம் கேட்டான்.

‘அது அவர் வழக்கம் சார்... ஏதாவது சாப்பிடும்முன் இப்படித் தான் அறைஞ்சுக்குவாரு.’

ஒரு கணம் அடிப்பதை நிறுத்திவிட்டு, பன்னைப் பிய்த்து வாய்க்குள் கொண்டுசெல்கிறான். பிறகு மறுபடியும் கன்னத் திலும் முகத்திலும் மண்டையிலும் மூர்க்கமாய் அறையத் தொடங்கினான்.

அறை மேல் அறை பேயறை... அறைந்த... அறையில் வாய்க்குள் பிட்டுப் போட்ட ரொட்டித் துண்டுகூட வெளியே வந்துவிட்டது தெரிகிறது...

‘உனக்குப் பசிக்குமாடா... பசிக்குமாடா...’ என்று உள்ளுக்குள் தனக்குத்தானே கேட்டுக்கொண்டே அவன் அடிப்பதுபோல்...

சற்றுக் கழிந்து பன்னை பிய்த்துத் திங்கத்தொடங்கினான்.

பஸ் வந்தது. இவன் முண்டியடித்துக்கொண்டு ஏறி உட்கார்ந்து கிழவன் இருந்த திசையைப் பார்த்தபோது, அவன் மறுபடியும் தன் சர்வ சக்தியையும் ஒன்று திரட்டி முழுத் தொண்டையையும் திறந்து, உச்ச ஸ்தாயியில் கத்தி தன் பிரவாசகத்தை - பிரசங்கத்தைத் தொடங்கி விட்டிருந்தான்.

15.06.1974

நீலக் குயில் 7/1974

நீல. பத்மநாபனின் நூல்கள்

நாவல்கள்

தலைமுறைகள் (1968, 1971, 1980, 1992, 2006)

பள்ளிகொண்டபுரம் (1970, 1975, 2000, 2008)

பைல்கள் (1973, 1981)

உறவுகள் (1975, 1971, 2001)

மின் உலகம் (1976, 1997)

யாத்திரை அனுபவங்கள் சமர் (1997, 2008)

நேற்று வந்தவன் (1978)

உதய தாரகை (1980)

வட்டத்தின் வெளியே (1980,2002)

பகவதி கோயில் தெரு (1981)

போதையில் கரைந்தவர்கள், தீ, முறிவுகள் (1985)

தேரோடும் வீதி (1987, 2003)

பாவம் செய்யாதவர்கள் (1991)

வெள்ளம் (1994)

கூண்டினுள் பட்சிகள் (1995, 2008)

நீல. பத்மநாபனின் நாவல்கள் (2004)

சிறுகதைத் தொகுதிகள்

மோகம் முப்பது ஆண்டு (1969, 2009)

சண்டையும் சமாதானமும் (1972, 2010)

மூன்றாவது நாள் (1974, 2010)

இரண்டாவது முகம் (1978, 2010)

நாகம்மாவா (1978, 2010)

சிறகடிகள் (1978)

சத்தியத்தின் சன்னிதியில் (1985, 2009)

வானவீதியில் (1988, 2009)

அவரவர் அந்தரங்கம் (1998)

நீல. பத்மநாபன் கதைகள் (4 பாகங்கள்) (2000-2)

பிறவிப் பெருங்கடல் (2008)

கவிதைத் தொகுதிகள்

நீல. பத்மநாபன் கவிதைகள் (1975)

நா காக்க (1984)

பெயரிலென்ன (1993)

நீல. பத்மநாபனின் 148 கவிதைகள் (2003)

கட்டுரை தொகுதிகள்

சிதறிய சிந்தனைகள் (1978)

இலக்கியப் பார்வைகள் (1988)

சமூக சிந்தனை (1991)

யாரிடமும் பகையின்றி (1993)

வாழ்வும் இலக்கியமும் (1997)

நவீன இலக்கியம் - சில சிந்தனைகள் (2001)

இன்றைய இலக்கியச் செல்நெறிகள் (2003)

நீல. பத்மநாபனின் கட்டுரைகள் (2005)

ஐயப்பப் பணிக்கரின் ஆளுமையும் சில படைப்பு மாதிரிகளும் (2006)

உணர்வுகள் சிந்தனைகள் (2008)

நாடகத் தொகுதி

தனிமரம் (2009)

Reader

நீல. பத்மநாபனின் எழுத்துலக விழுதுகள் (2002)

Neelapadmanabhan - A Reader (2008)

மொழிபெயர்த்துத் தொகுத்தவை

தற்கால மலையாள இலக்கியம் (1985)

மதிலுகள் நவீன மலையாள இலக்கியம் (2000)

ஐயப்பப் பணிக்கரின் கவிதைகள் (1999)

ஐயப்பப் பணிக்கரின் கோத்ர யானம் (2002)

நீல. பத்மநாபனின் படைப்புகள் பற்றிய மதிப்பீட்டு நூல்கள்

நீல. பத்மநாபன் இலக்கியத் தடம் (1999)

நீல. பத்மநாபன் படைப்புலகம் (2001) (தமிழ், ஆங்கிலம், மலையாளம், இந்தி)

www.ingramcontent.com/pod-product-compliance
Lightning Source LLC
LaVergne TN
LVHW060455051026
849518LV00002B/769

* 9 7 8 8 1 8 4 9 3 5 2 7 1 *